വിജ്ഞാനവർഷം

പുസ്തകം 62

മഹാശാസ്ത്രപ്രതിഭകൾ

ഭാഗം 2

Mahasasthraprathibhakal
Bhagam 2

K Usha

CHINTHA PUBLISHERS
Thiruvananthapuram

First Edition
December 2009

Second Impression
February 2022

Published & Typesetting
Chintha Publishers, Thiruvananthapuram

Cover Design
Mahesh

ISBN : 978-81-26203-95-6

CR - VV.62 / 1400 / 5935

Email: chinthapublishers@gmail.com
Website: www.chinthapublishers.com

A version is available at National Libraries
Kolkata, Mumbai, Chennai and Delhi

Distribution
DESHABHIMANI BOOKHOUSE
H O Thiruvananthapuram 695035

Branch
Head Office Kunnukuzhi • Statue Thiruvananthapuram
KSRTC Bus Terminal Thampanoor • Saphalyam Complex Thiruvananthapuram
KSRTC Bus Station Alappuzha • KSRTC Bus Station Ernakulam
Machingal Lane Thrissur • IG Road Kozhikode
Mavoor Road Kozhikode • NGO Union Building Kannur
Central Bus Terminal Complex Thavakkara Kannur

മഹാശാസ്ത്രപ്രതിഭകൾ
ഭാഗം 2

കെ ഉഷ

ചിന്ത പബ്ലിഷേഴ്സ്
തിരുവനന്തപുരം-695 035

കെ ഉഷ

കണ്ണൂർ ജില്ലയിലെ ഇരിട്ടി സ്വദേശി. ഇപ്പോൾ മട്ടന്നൂർ പഴശ്ശി യിൽ താമസം. ശിവപുരം ഹൈസ്കൂളിലെ പ്രധാനാധ്യാ പികയായി വിരമിച്ചു.

ഹായ്! എന്തുമധുരം, മിന്നാമിനുങ്ങുകൾ, കൂടും കാടും, ഇരുമ്പും തുരുമ്പും, കൊക്കുമനുഷ്യൻ, ശർക്കരപ്പായസം, എങ്ങുനിന്നോ വന്ന തുമ്പി, നല്ല ചങ്ങാതിമാർ എന്നിവ യാണ് പ്രസിദ്ധീകരിച്ച ഇതര കൃതികൾ. പ്രമുഖ ഗണിത ശാസ്ത്ര അധ്യാപകനും റിസോഴ്സ് പേഴ്സനുമായ എ പി പ്രഭാകരനാണ് ഭർത്താവ്.

മക്കൾ : ശ്യാം, സന്ദീപ്, സന്ധ്യ

വിലാസം : 'പ്രതിഭ'
പഴശ്ശി, ഉരുവച്ചാൽ തപാൽ,
മട്ടന്നൂർ, കണ്ണൂർ ജില്ല

ഉള്ളടക്കം

1

കോപ്പർനിക്കസ് (1437–1843)

പതിനഞ്ചാം നൂറ്റാണ്ടുവരെ പ്രപഞ്ചത്തെക്കുറിച്ചും ഖഗോളങ്ങളെക്കുറിച്ചുമുള്ള മനുഷ്യന്റെ ധാരണകൾ മിക്കവാറും അന്ധവിശ്വാസങ്ങളിൽ അധിഷ്ഠിതമായിരുന്നു. പ്രാചീന ഗ്രീസിലും ഭാരതത്തിലും ബാബിലോണിയയിലും ജ്യോതിശാസ്ത്രസംബന്ധിയായ ധാരാളം സിദ്ധാന്തങ്ങൾ രൂപപ്പെട്ടുവന്നിരുന്നു. എങ്കിലും, പ്രപഞ്ചകേന്ദ്രം ഭൂമി തന്നെയാണ് എന്ന ടോളമിയുടെ ആശയത്തിനാണ് ഏറ്റവും അധികം പ്രചാരം കിട്ടി

യത്. ഈ കാലഘട്ടത്തിലാണ് ശാസ്ത്രചിന്തയ്ക്കും യുക്തിബോധ ത്തിനും പുതിയ മാനങ്ങൾ നൽകിയ നിക്കോളാസ് കോപ്പർനിക്കസ് ജനി ക്കുന്നത്.

1473 ഫെബ്രുവരി 19–ാം തീയതി ഹോളണ്ടിലാണ് കോപ്പർനിക്കസ് ജനിച്ചത്. ധനികനായ ഒരു വ്യാപാരിയായിരുന്നു അദ്ദേഹത്തിന്റെ പിതാവ്. നിർഭാഗ്യമെന്നു പറയട്ടെ നിക്കോളാസിന് 10 വയസ്സ് മാത്രം പ്രായമുള്ള പ്പോൾ അദ്ദേഹം ഇഹലോകവാസം വെടിഞ്ഞു. ഇതിനെ തുടർന്ന് കൊച്ചു നിക്കോളാസ് അമ്മാവന്റെ സംരക്ഷണയിലായി. അദ്ദേഹമൊരു ബിഷ പ്പായിരുന്നു. ഹോളണ്ടിലെ ക്രാക്കോവിലുള്ള പ്രസിദ്ധമായ വിദ്യാലയ ത്തിൽ ആ ബാലൻ ഗണിതശാസ്ത്രവും ചിത്രരചനയും പഠിച്ചു. സമൂ ഹത്തിൽ ഉന്നതസ്ഥാനത്തു കഴിഞ്ഞിരുന്ന കോപ്പർനിക്കസിന്റെ അമ്മാ വനു തന്റെ മരുമകന് കിട്ടാവുന്നതിൽവച്ച് ഏറ്റവും മികച്ച വിദ്യാഭ്യാസം നൽകണമെന്ന് നിർബന്ധമായിരുന്നു. അദ്ദേഹം ഏർപ്പാടു ചെയ്തതനു സരിച്ച് കോപ്പർനിക്കസ് 23–ാമത്തെ വയസിൽ ഇറ്റലിയിലേക്കു പോയി. പത്തു വർഷം ഇറ്റലിയിൽ താമസിച്ച അദ്ദേഹം വൈദ്യശാസ്ത്രവും കാനോൻ നിയമങ്ങളുമാണ് പഠിച്ചത്. അക്കാലത്ത് അദ്ദേഹം മൊണ്ടാ നസ് എന്ന ജ്യോതിശാസ്ത്രജ്ഞന്റെ കൃതികൾ വായിക്കാനിടയായി. ഇത് അദ്ദേഹത്തിന്റെ ശ്രദ്ധ ജ്യോതിശാസ്ത്രത്തിലേക്ക് തിരിയാൻ ഇടയാക്കി. 1500–ൽ റോമിൽ ജ്യോതിശാസ്ത്രവുമായി ബന്ധപ്പെട്ട് ഒരു കോൺഫ റൻസിൽ പങ്കെടുക്കാൻ അദ്ദേഹത്തിന് അവസരം കിട്ടി. കലണ്ടർ പരി ഷ്കരണമായിരുന്നു ഈ സമ്മേളനത്തിന്റെ മുഖ്യ അജണ്ട. ഏതായാലും ഇതോടെ കോപ്പർനിക്കസിന്റെ മുഴുവൻ ശ്രദ്ധയും ജ്യോതിശാസ്ത്രത്തി ലായി.

തുടക്കത്തിൽ പ്രസ്താവിച്ചതുപോലെ, അന്ന് പ്രപഞ്ചഘടനയെക്കു റിച്ച് യൂറോപ്പിൽ നിലനിന്നിരുന്ന ധാരണകൾ ടോളമിയിൽ നിന്ന് കടം കൊണ്ടവയായിരുന്നു. അതുപ്രകാരം പ്രപഞ്ചകേന്ദ്രം ഭൂമിയാണ്. സൂര്യ നടക്കം മറ്റെല്ലാ ഗോളങ്ങളും ഭൂമിയെ പ്രദക്ഷിണം ചെയ്യുന്നു! ഈ സിദ്ധാ ന്തത്തെ ആധാരമാക്കി ചിലരെല്ലാം ഗ്രഹങ്ങളുടെ സ്ഥാനം നിർണയിച്ചു. എന്നാൽ തത്സമയത്തല്ലാതെ, ദീർഘകാലാടിസ്ഥാനത്തിൽ അവയൊന്നും ശരിയാണെന്ന് തെളിയിക്കാൻ അവർക്ക് കഴിഞ്ഞില്ല. കുത്തിയിരുന്ന് കണ ക്കുകൂട്ടി നോക്കിയിട്ടും ഉത്തരങ്ങൾ തെറ്റി.

ഭൂമിക്ക് പകരം സൂര്യനെ പ്രപഞ്ചകേന്ദ്രമാക്കിയാലോ? കോപ്പർനിക്ക സിന്റെ ചിന്ത ആ വഴിക്കു പോയി. നവീനാശയങ്ങൾ നിറഞ്ഞു തുളു മ്പുന്ന ചിന്താമണ്ഡലവുമായി 1505–ൽ കോപ്പർനിക്കസ് സ്വദേശമായ പോളണ്ടിലേക്ക് തിരിച്ചുപോയി. അവിടെ ഒരു ഉദ്യോഗം അദ്ദേഹത്തെ കാത്തിരിപ്പുണ്ടായിരുന്നു. അമ്മാവൻ മേധാവിയായിരുന്ന ഭദ്രാസനപ്പള്ളി യിലെ കാനോൻ പദവി. ക്രൈസ്തവ നിയമങ്ങൾ വ്യാഖ്യാനിക്കുകയാണ് ജോലി. അമ്മാവനെ ധിക്കരിക്കാൻ പറ്റാത്തതിനാൽ കോപ്പർനിക്കസ് ജോലി സ്വീകരിച്ചു.

മതനിയമങ്ങൾ കൈകാര്യം ചെയ്തത് അദ്ദേഹത്തിന്റെ ഉള്ളിലെ ശാസ്ത്രജ്ഞന്റെ വളർച്ചയെ തടഞ്ഞില്ല. പുതിയ ജോലിയിൽ നിന്നും ഒഴിവുകിട്ടുന്ന ഇടവേളകളിലെല്ലാം കോപ്പർനിക്കസ് സ്വന്തം സിദ്ധാന്തത്തെ കൂടുതൽ വ്യക്തവും വിപുലവുമാക്കാനുള്ള ശ്രമങ്ങളിലേർപ്പെട്ടു. അതിന്റെ ഗണിതശാസ്ത്രവശത്തിനാണ് അദ്ദേഹം കൂടുതൽ ഊന്നൽ കൊടുത്തത്. ഗ്രഹങ്ങളുടെ സ്ഥാനങ്ങൾ പ്രവചിക്കുക വളരെ എളുപ്പമാണെന്ന് അദ്ദേഹം കണ്ടെത്തി. പ്രാചീന ഭാരതത്തിലെ ജ്യോതിശാസ്ത്രജ്ഞന്മാർ ഗ്രഹങ്ങളുടെ സ്ഥാനവും ചലനവും പ്രവചിച്ചിരുന്നു. പക്ഷേ അവയ്ക്ക് കോപ്പർനിക്കസിന്റെ കണക്കുകളുടെ അത്രയും കൃത്യതയുണ്ടായിരുന്നില്ല.

ടോളമിയുടെ ആശയങ്ങൾ പിന്തുടർന്നിരുന്നവരെ വല്ലാതെ അലട്ടിയിരുന്ന ഒരു സമസ്യയായിരുന്നു ബുധനും ശുക്രനും സൂര്യനിൽ നിന്ന് ഒരു നിശ്ചിത അകലത്തിൽ മാത്രമേ കാണപ്പെടുന്നുള്ളു എന്ന കാര്യം. അവ ഭൂമിയെയാണ് പ്രദക്ഷിണം വെക്കുന്നതെങ്കിൽ ഇങ്ങനെ വരാൻ പാടില്ലല്ലോ. ചിലപ്പോൾ വളരെയടുത്തും ചിലപ്പോൾ വളരെ ദൂരെയുമായിട്ടാവണം അവ കാണപ്പെടേണ്ടത്. അതിനാൽ സംഗതി അങ്ങനെയല്ലെന്നും ബുധനും ശുക്രനും, ഭൂമിക്കും സൂര്യനുമിടയിലെ നിശ്ചിത പാതയിലൂടെ സൂര്യനെയാണ് ചുറ്റുന്നതെന്നും കോപ്പർനിക്കസ് കണ്ടെത്തി.

അതുവരെ നിലനിന്നിരുന്ന എല്ലാ വിശ്വാസങ്ങൾക്കും ഘടകവിരുദ്ധമായിരുന്നു ഈ ആശയം. ഇത് വന്നതോ? മതനിയമങ്ങൾ വ്യാഖ്യാനിക്കാൻ ബാദ്ധ്യതപ്പെട്ട ഒരാളിൽ നിന്നും! ക്രിസ്തീയ സഭ കോപ്പർനിക്കസിനെ വെറുതെ വിടുമോ?

കോപ്പർനിക്കസ് തന്റെ സിദ്ധാന്തങ്ങൾ പുസ്തക രൂപത്തിലാക്കി. പക്ഷേ, സഭയുടെ എതിർപ്പിനെ ഭയന്ന് അത് പ്രസിദ്ധീകരിക്കാൻ അദ്ദേഹം മടിച്ചു. എങ്കിലും 1530–ൽ പുസ്തകത്തിലെ പ്രധാന ആശയങ്ങൾ കൈയെഴുത്ത് പ്രതിയുടെ രൂപത്തിൽ യൂറോപ്പിലെ ചില ശാസ്ത്രജ്ഞന്മാർക്ക് കൈമാറി. കോപ്പർനിക്കസ് പ്രതീക്ഷിച്ചതിലും ആവേശകരമായ സ്വീകരണമാണ് അദ്ദേഹത്തിന്റെ കണ്ടുപിടിത്തങ്ങൾക്കു കിട്ടിയത്. സൂര്യനാണ് പ്രപഞ്ചകേന്ദ്രം എന്ന ആശയം സ്വതന്ത്രചിന്തകർക്കിടയിൽ ആവേശത്തിരയിളക്കമുണ്ടാക്കി. ഒടുവിൽ പലരുടെയും നിർബന്ധത്തിന് വഴങ്ങി 1543 ൽ പുസ്തകം പൂർണരൂപത്തിൽ പ്രസിദ്ധീകരിക്കാൻ അദ്ദേഹം തയാറായി. സഭയുടെ എതിർപ്പിനെ അതിജീവിക്കാനും ഒരു വഴി കണ്ടെത്തി. പുസ്തകം പോൾ മൂന്നാമൻ മാർപ്പാപ്പയ്ക്ക് സമർപ്പിക്കുക!

വലിയ തോതിൽ അംഗീകാരം കിട്ടിയെങ്കിലും കോപ്പർനിക്കസിന്റെ സിദ്ധാന്തത്തിന് ഒരു വലിയ പോരായ്മയുണ്ടായിരുന്നു. ഗ്രഹങ്ങളുടെ സഞ്ചാരപഥങ്ങളെ പൂർണവൃത്തങ്ങളായാണ് അദ്ദേഹം കണ്ടത്. ഗ്രഹസ്ഥാനങ്ങൾ നിർണയിക്കുന്നതിന് ചില നേരത്ത് ടോളമിയുടെ ആശയങ്ങളെ അദ്ദേഹത്തിന് ആശ്രയിക്കേണ്ടിവന്നിരുന്നു. അഞ്ച് പതിറ്റാണ്ടു

കൾക്ക് ശേഷം കെപ്ലറാണ്, ഗ്രഹങ്ങളുടെ സഞ്ചാരപഥങ്ങൾ ദീർഘവൃത്തങ്ങളാണെന്ന് കണ്ടെത്തി, ഈ പ്രശ്നം പരിഹരിച്ചത്.

തന്റെ ഗ്രന്ഥം പ്രസിദ്ധീകരിക്കാൻ കോപ്പർനിക്കസ് ഏൽപ്പിച്ചത് ഒരു ലൂഥറൻ പുരോഹിതനായ ആൻഡ്രിയാസിനെയാണ്. കോപ്പർനിക്കസ് അറിയാതെ അദ്ദേഹം പുസ്തകത്തിന് ഒരു ആമുഖം എഴുതിച്ചേർത്തു. ഈ ഗ്രന്ഥത്തിൽ പറയുന്നത് ഇത് ഒരു സിദ്ധാന്തമല്ലെന്നും ഗ്രഹങ്ങളുടെ സ്ഥാനം നിർണയിക്കാനുള്ള ഒരു ഗണിതശാസ്ത്ര ഫോർമുലയാണെന്നും അതിൽ പറഞ്ഞിരുന്നു. സ്വാഭാവികമായും ഇതിന്റെ കർതൃത്വം കോപ്പർ നിക്കസിൽ ആരോപിക്കപ്പെട്ടു.

എല്ലാ കാര്യങ്ങളും എഴുതിയശേഷം അവയൊന്നും ഗ്രഹങ്ങളുടെ യഥാർഥചലനങ്ങളെക്കുറിച്ചല്ലെന്ന് ആമുഖമായി പ്രസ്താവിക്കുന്ന ശാസ്ത്രജ്ഞൻ! ശാസ്ത്രലോകത്ത് കോപ്പർനിക്കസിനെ സ്വയം പരിഹാസ്യനാക്കി ഈ വാചകം. എന്നാൽ സത്യമെന്തെന്ന് ലോകത്തോട് പറയാൻ കോപ്പർനിക്കസിനു സാധിച്ചില്ല. കാരണം ഗ്രന്ഥം പ്രസിദ്ധീകരിച്ച് ഏതാനും ദിവസത്തിനുള്ളിൽ – 1843 മെയ് 24-ാം തീയതി – അദ്ദേഹം നിര്യാതനായി. കെപ്ലറാണ് പിന്നീട് അദ്ദേഹത്തെക്കുറിച്ചുള്ള തെറ്റിദ്ധാരണ മാറ്റിയത്.

യൂറോപ്പിൽ കോപ്പർനിക്കസ് ഒരു വിചാരവിപ്ലവത്തിന്റെ തിരികൊളുത്തി. ഈ തിരിനാളം ഗലീലിയോവിലൂടെയും കെപ്ലറിലൂടെയും കൈമാറി ന്യൂട്ടനിലെത്തി. അവിടെ അത് ശാസ്ത്രബോധത്തിന്റെ തീപ്പന്തമായി ആളിക്കത്തി. ആ വെളിച്ചം ഒരു അന്ധകാരയുഗം അവസാനിക്കുന്നതിന്റെ സൂചനയായിത്തീർന്നു.

2

ആൻഡ്രിയാസ് വിസേലിയസ് (1514–1564)

ആധുനിക ചികിത്സാശാസ്ത്രത്തിന്റെ വളർച്ചയുടെ ആദ്യഘട്ടത്തിൽ ഭിഷഗ്വരന്മാരെ അലട്ടിയിരുന്ന പ്രധാന പ്രശ്നം മനുഷ്യശരീരം കീറിമുറിക്കുന്നതിനുണ്ടായിരുന്ന വിലക്കുകളാണ്. അതിനാൽ ശരീരഘടനാശാസ്ത്രം പഠിക്കുന്നവർ പട്ടി, പൂച്ച, പന്നി തുടങ്ങിയ ജന്തുക്കളുടെ ശരീരങ്ങളാണ് കീറിമുറിച്ച് പരിശോധിച്ചിരുന്നത്. മധ്യകാലഘട്ടംവരെ ശരീരഘടനാശാസ്ത്രത്തിന്റെ കുലപതിയായി പരിഗണിക്കപ്പെട്ടിരുന്ന

ഗാലൻ തന്റെ ഗ്രന്ഥരചനയ്ക്ക് ആധാരമാക്കിയതും മൃഗങ്ങളിൽ നിന്ന് കിട്ടിയ അറിവുകളാണ്. തനിക്ക് പാഠപുസ്തകമായി ലഭിച്ച ഗാലനെ പൂർണമായി നിഷേധിച്ച് ശരീരവിജ്ഞാനീയത്തിന്റെ, അതുവരെ ആരും നടക്കാത്ത പുതുവഴികൾ തീർത്ത മഹാനായ ശാസ്ത്രജ്ഞനാണ് ആൻഡ്രിയാസ് വിസേലിയസ്.

1514 ഡിസംബർ 31-ാം തീയതി ബെൽജിയത്തിലെ ബ്രസൽസിലാണ് വിസേലിയസ് ജനിച്ചത്. ഭിഷഗ്വരനായ പിതാവിന്റെ ചികിത്സാരീതികൾ കണ്ടു വളർന്ന ആ ബാലന് നന്നെ ചെറുപ്രായത്തിൽത്തന്നെ ശസ്ത്രക്രിയകളോട് വലിയ കമ്പമായിരുന്നു. വീട്ടിലെ പൂച്ചയും പട്ടിയുമാണ് ഇതിന്റെ പാട് അനുഭവിക്കേണ്ടിവന്നത്. വീട്ടിലെ ഊണുമേശ പലപ്പോഴും ശസ്ത്രക്രിയാമേശയായി മാറി.

പതിനാറാം വയസിൽ അദ്ദേഹം വൈദ്യശാസ്ത്രപഠനത്തിനായി പാരീസിലെത്തി. അനാട്ടമി ക്ലാസുകളായിരുന്നു വിസേലിയസിന് ഏറ്റവും പ്രിയങ്കരം. നേരത്തേ പ്രസ്താവിച്ചതുപോലെ ഗാലന്റെ ഗ്രന്ഥങ്ങളായിരുന്നു ശരീരശാസ്ത്ര പഠനക്ലാസുകളിലെ *ബൈബിൾ*. ഗാലൻ പറയാത്തതൊന്നും ശരീരത്തിനകത്ത് കാണാൻ പാടില്ല എന്നൊരു അലിഖിത നിയമം തന്നെ അന്ന് നിലനിന്നിരുന്നു.

മറ്റൊരു വിചിത്രമായ രീതിയും അന്നത്തെ മെഡിക്കൽ കോളേജുകളിൽ ഉണ്ടായിരുന്നു. ശരീരഘടനെക്കുറിച്ച് ക്ലാസെടുക്കുന്ന അധ്യാപകർ മൃതദേഹം തൊടുകയില്ല. പകരം ആ ജോലി ചെയ്തിരുന്നതു ക്ഷുരകന്മാരായിരുന്നു. ഈ സമ്പ്രദായങ്ങൾ വിസേലിയസിനു സഹിക്കാവുന്നതിലപ്പുറമായിരുന്നു. ശരീരത്തിനകത്ത് കാണപ്പെടുന്ന അവയവങ്ങളെ കൃത്യമായി വിവരിക്കണമെന്ന് ആ വിദ്യാർഥി നിർബന്ധംപിടിച്ചു. ഇത് പലപ്പോഴും അധ്യാപകരുമായി വഴക്കിനുള്ള കാരണമായി. എന്നിട്ടും ഒരിക്കൽ പോലും മനുഷ്യശരീരം മുറിച്ചു നോക്കിയിട്ടില്ലാത്ത ഗാലന്റെ നിഗമനങ്ങൾ അംഗീകരിക്കാൻ ആ ശാസ്ത്രകുതുകി തയാറായില്ല. പാരീസിലെ ഗുരുനാഥന്മാർക്ക് ആ കുരുത്തംകെട്ട ശിഷ്യനെ ഏറെനാൾ സഹിക്കേണ്ടി വന്നില്ല. ഫ്രാൻസും ബെൽജിയവും തമ്മിൽ യുദ്ധം തുടങ്ങി. വിസേലിയസിന്റെ പഠിത്തവും മുടങ്ങി. അദ്ദേഹത്തിന് പാരീസ് വിടേണ്ടി വന്നു.

തന്റെ വിജ്ഞാനദാഹം ശമിപ്പിക്കാൻ ഏതറ്റംവരെ പോകാനും വിസേലിയസ് ഒരുക്കമായിരുന്നു. കുറ്റകരമാണെന്ന് അറിഞ്ഞുകൊണ്ടു തന്നെ അദ്ദേഹം പല തവണ മനുഷ്യജഡങ്ങൾ കീറിമുറിച്ച് പരിശോധിച്ചു. ഒരു ദിവസം നടക്കാനിറങ്ങിയ വിസേലിയസ് വഴിയോരത്ത് പാതിയും അഴുകിയ ഒരു മൃതദേഹം കണ്ടു. അദ്ദേഹത്തെ സംബന്ധിച്ചിടത്തോളം നയനാനന്ദകരമായ കാഴ്ച! ഒപ്പമുണ്ടായിരുന്ന ചങ്ങാതിയുടെ സഹായത്തോടെ ആ മൃതദേഹത്തിന്റെ അസ്ഥികളെല്ലാം ശേഖരിച്ചു തന്റെ താമസസ്ഥലത്തെത്തിച്ചു. അവയെ ശുചിയാക്കി, ഒരു അസ്ഥികൂടമായി ചേർത്തുവച്ചു. ഇതായിരിക്കണം, ഇത്തരത്തിൽ ആദ്യമായി സജ്ജീകരിച്ച മനുഷ്യാസ്ഥികൂടം.

വിസേലിയസിന് കുറച്ചു കാലം ജർമൻ പട്ടാളത്തിൽ ശസ്ത്രക്രിയാ വിദഗ്ധനായി ജോലി നോക്കാൻ അവസരം ലഭിച്ചു. ആ വൈദ്യശാസ്ത്ര വിദ്യാർഥിക്ക് മുറിവേറ്റ ഭടന്മാർ പാഠപുസ്തകങ്ങളായി. മനുഷ്യശരീര ഘടനയെക്കുറിച്ച് ഒട്ടേറെ കാര്യങ്ങൾ ഈ കാലത്ത് അദ്ദേഹം മനസിലാക്കി.

ഇറ്റലിയിൽ നവോത്ഥാനം എല്ലാ വിജ്ഞാന ശാഖകൾക്കും പുതിയ ഉണർവ് നൽകിയിരുന്ന കാലമായിരുന്നു അത്. സ്വതന്ത്രചിന്തകനായ വിസേലിയസ് താമസിയാതെ ഇറ്റലിയിലെത്തി. പാദുവയിലെ വൈദ്യശാസ്ത്ര സർവകലാശാലയിൽ ചേർന്നു. 1537–ൽ ബിരുദമെടുത്തു. ആ വർഷം തന്നെ കേവലം ഇരുപത്തിമൂന്നാമത്തെ വയസിൽ അതേ സർവകലാശാലയിൽ പ്രൊഫസറായി നിയമിക്കപ്പെടുകയും ചെയ്തു.

വിസേലിയസിന്റെ പുതുമയുള്ള ആശയങ്ങളും പ്രഭാഷണ വൈദഗ്ധ്യവും വിദ്യാർഥികളെ ഏറെ ആകർഷിച്ചു. തന്റെ ക്ലാസ് മുറികളിൽ അദ്ദേഹം ക്ഷുരകന്മാരെ കയറ്റിയില്ല. പകരം സ്വയം മൃതദേഹങ്ങൾ മുറിച്ചു വിദ്യാർഥികൾക്ക് കാണിച്ചു കൊടുത്തു. ശരിയായ ഡെമോൺസ്ട്രേഷൻ ക്ലാസ് തന്നെ.

മറ്റൊരു വിപ്ലവകരമായ മാറ്റവും അദ്ദേഹം വരുത്തി. ഗാലൻ ഗ്രീക്കുകാരനായതിനാൽ അതുവരെ വൈദ്യശാസ്ത്രക്ലാസുകൾ എടുത്തിരുന്നത് ഗ്രീക്ക് ഭാഷയിലാണ്. വിസേലിയസ് തന്റെ പ്രഭാഷണങ്ങൾ ലാറ്റിൻ ഭാഷയിലാക്കി. ശരീരഭാഗങ്ങൾ വിശദീകരിക്കുമ്പോൾ ചിത്രങ്ങൾ വരച്ച് കാണിക്കുന്ന പതിവും അദ്ദേഹമാണ് തുടങ്ങിയത്. അതു വരെ നിലനിന്നിരുന്ന പല വിശ്വാസങ്ങളുടെയും കട പുഴക്കാൻ വിസേലിയസിന് കഴിഞ്ഞു. *ബൈബിൾ* പ്രകാരം ആദാമിന്റെ വാരിയെല്ലെടുത്താണ് ദൈവം ഹവ്വയെ സൃഷ്ടിച്ചത്. അതിനാൽ പുരുഷനു സ്ത്രീയേക്കാൾ ഒരു വാരിയെല്ല് കുറവാണെന്ന് ആളുകൾ ദൃഢമായി വിശ്വസിച്ചിരുന്നു. വിസേലിയസ് സ്ത്രീപുരുഷ ശരീരങ്ങൾ മുറിച്ചു, രണ്ടു പേർക്കും വാരിയെല്ലുകൾ തുല്യമാണെന്ന് കാണിച്ചു കൊടുത്തു. എന്തൊരു ഭൂകമ്പമാണെന്നോ അതുണ്ടാക്കിയത്! മനുഷ്യന്റെ തുടയെല്ല് അൽപ്പം വളഞ്ഞതാണ് എന്നായിരുന്നു ഗാലന്റെ അഭിപ്രായം. ഇതും തെറ്റാണെന്നു വിസേലിയസ് തെളിയിച്ചു. വാസ്തവത്തിൽ ഗാലൻ മനുഷ്യന്റെ തുടയെല്ല് കണ്ടിട്ടേ ഉണ്ടായിരുന്നില്ല. അദ്ദേഹം നിരീക്ഷിച്ചത് ആൾക്കുരങ്ങിന്റെ കാലുകളായിരുന്നു. പക്ഷേ, ഗാലന് തെറ്റ് പറ്റിയിട്ടുണ്ടെന്ന് അംഗീകരിക്കാൻ സർവകലാശാലയിലെ പ്രൊഫസർമാർ തയാറായിരുന്നില്ല. ഗാലന് ശേഷം മനുഷ്യശരീരത്തിനു പരിണാമം സംഭവിച്ചു എന്നാണവർ പറഞ്ഞത്!

ശരീരഘടനാശാസ്ത്രത്തിൽ താൻ നടത്തിയ വിപുലമായ പഠനങ്ങൾ വിസേലിയസ് ഗ്രന്ഥരൂപത്തിലാക്കി. *ഡെ ഹ്യൂമാനി കോർപോറിസ് ഫാബ്രിക്ക'(മനുഷ്യശരീരഘടനയെക്കുറിച്ച്)* എന്നാണദ്ദേഹം തന്റെ കൃതിക്ക് പേര് നൽകിയത്. 1543 ൽ ഈ ഗ്രന്ഥം പുറത്തുവരുമ്പോൾ

വിസേലിയസിന് മുപ്പതു തികഞ്ഞിരുന്നില്ല (ശാസ്ത്രലോകത്ത് ഒരു വിപ്ലവം തന്നെ സൃഷ്ടിച്ച കോപ്പർനിക്കസിന്റെ പുസ്തകവും ഇതേ വർഷമാണ് പുറത്തിറങ്ങിയത് എന്നോർക്കുന്നത് കൗതുകകരമാണ്).

മാംസപേശികൾ, രക്തക്കുഴലുകൾ, നാഡീവ്യൂഹം എന്നിവയെക്കുറിച്ചുള്ള വിശദമായ വിവരണങ്ങൾ വിസേലിയസിന്റെ ഗ്രന്ഥത്തിലുൾപ്പെടുത്തിയിരുന്നു. ജീവസുറ്റ ചിത്രങ്ങളായിരുന്നു ഈ ഗ്രന്ഥത്തിന്റെ മുഖ്യ ആകർഷണം. അവ വരച്ചതാവട്ടെ ലോകപ്രശസ്ത ചിത്രകാരനായ ടൈറ്റന്റെ ശിഷ്യൻ സ്റ്റീഫന്മാൻ കാൽക്കാറും. ആധുനിക ശരീരഘടനാ ശാസ്ത്ര പഠനത്തിന് അടിത്തറയിട്ടത് വിസേലിയസിന്റെ ഈ ഗ്രന്ഥമാണ്.

പുസ്തകം പുറത്തിറങ്ങിയതോടെ ഗാലന്റെ ആരാധകരായ പ്രൊഫസർമാർ വിസേലിയസിനെ വേട്ടയാടാൻ തുടങ്ങി. ഈ പുസ്തകം വെറും അസംബന്ധമാണെന്നും അതിനെ പ്രശംസിക്കുന്നവർ വിവരമില്ലാത്തവരാണെന്നും ഇവർ പ്രചരിപ്പിച്ചു.

എതിർപ്പുകൾ കാരണം മനസ്സ് മടുത്തിട്ടാണോ എന്നറിയില്ല, *ഫാബ്രിക്കയുടെ* പ്രസിദ്ധീകരണത്തിനുശേഷം വിസേലിയസ് പുതിയ ഗവേഷണങ്ങളിലൊന്നും ഏർപ്പെട്ടില്ല. ചാൾസ് അഞ്ചാമന്റെ കൊട്ടാരംഡോക്ടറായി അദ്ദേഹം നിയമിക്കപ്പെട്ടു. പിന്നീട് സ്പാനിഷ് ചക്രവർത്തിയെയും അദ്ദേഹം സേവിച്ചു.

പേരും പെരുമയും വർധിച്ചതോടെ വിസേലിയസിന് ശത്രുക്കളും വർധിച്ചു. ആരോപണങ്ങളുമായി എതിരാളികൾ അദ്ദേഹത്തെ നിരന്തരം പീഡിപ്പിച്ചു. ജീവനുള്ള ഒരു സ്ത്രീയുടെ ശരീരം കീറിമുറിച്ചു എന്നായിരുന്നു അവയിലൊന്ന്. രാജാവ് തന്റെ പ്രിയപ്പെട്ട ഭിഷഗ്വരനെ ശിക്ഷിച്ചില്ല. പകരം പ്രായശ്ചിത്തമായി ജറുസലേമിലേക്ക് തീർഥയാത്ര നടത്താൻ ആവശ്യപ്പെട്ടു. വിസേലിയസ് ജറുസലേമിലെത്തി. ഈ യാത്രയ്ക്കിടയിലും സസ്യങ്ങളെയും ജന്തുക്കളെയും നിരീക്ഷിക്കാൻ അദ്ദേഹം മറന്നില്ല. ജറുസലേമിൽനിന്നും തിരിച്ചു വരുമ്പോൾ 1564-ൽ ഒരു കപ്പലപകടത്തിൽ വിസേലിയസ് അന്തരിച്ചു.

ധീരത, ദൃഢനിശ്ചയം, വ്യക്തമായ ലക്ഷ്യബോധം തുടങ്ങിയ വിശിഷ്ട ഗുണങ്ങളുടെ വിളനിലമായിരുന്ന ഈ മഹാപുരുഷൻ ഇന്നത്തെ എല്ലാ വൈദ്യവിദ്യാർഥികളുടെയും ഗുരുനാഥനാകുന്നു.

3

വില്യം ഹാർവി (1578–1657)

ഗാലന്റെ ശരീരശാസ്ത്ര സിദ്ധാന്തങ്ങളെ കടപുഴക്കി, വിസേലിയസ് ആധുനിക ശരീരശാസ്ത്ര വിജ്ഞാനീയത്തിന് അടിത്തറയിട്ടത് നാം കണ്ടുകഴിഞ്ഞു. എന്നാൽ ഹൃദയത്തിന്റെ പ്രവർത്തനത്തെക്കുറിച്ച് വ്യക്തമായൊരു ചിത്രം നൽകാൻ വിസേലിയസിനും കഴിഞ്ഞിരുന്നില്ല. വില്യം ഹാർവി എന്ന ഇംഗ്ലീഷ് ഭിഷഗ്വരനാണ്, ഹൃദയമാണ് ശരീരത്തിന്റെ

എല്ലാ ഭാഗങ്ങളിലേക്കും രക്തമെത്തിക്കുന്ന അവയവമെന്ന് സംശയലേശമെന്യേ പ്രസ്താവിച്ചത്.

1578 ഏപ്രിൽ 1-ാം തീയതി ഇംഗ്ലണ്ടിലെ കെന്റ് പ്രവിശ്യയിലുള്ള ഫോൾക്ക് സ്റ്റോൺ എന്ന സ്ഥലത്താണ് വില്യം ഹാർവി ജനിച്ചത്. സമ്പന്ന കുടുംബാംഗമായതിനാൽ കാന്റർബറിയിലെ കിംഗ്സ് സ്കൂളിൽ പ്രാഥമിക വിദ്യാഭ്യാസം നേടാൻ അദ്ദേഹത്തിന് അവസരം ലഭിച്ചു. 1593-ൽ ബിരുദപഠനത്തിനായി വില്യം ഹാർവി കേംബ്രിഡ്ജിലെത്തി. 1597-ൽ ബിരുദം നേടിയ ഹാർവിയുടെ അടുത്ത ലക്ഷ്യം വൈദ്യശാസ്ത്രം പഠിക്കുകയായിരുന്നു. അതിനായി അദ്ദേഹം തെരഞ്ഞെടുത്തത് ഇറ്റലിയിലെ പാദുവ സർവകലാശാലയാണ്. വില്യം ഹാർവി വിദ്യാർഥിയായി ചേരുന്ന കാലത്ത് മഹാനായ ഗലീലിയോ പാദുവയിൽ അധ്യാപകനായി ജോലി ചെയ്തിരുന്നു. എന്നാൽ ഹാർവിയും ഗലീലിയോവും തമ്മിൽ പരിചയപ്പെട്ടിരുന്നോ എന്നതിന് നമ്മുടെ മുന്നിൽ തെളിവുകളില്ല. 1602-ൽ വൈദ്യബിരുദം നേടി ഹാർവി ലണ്ടനിൽ തിരിച്ചെത്തി. എലിസബത്ത് രാജ്ഞിയുടെ ഡോക്ടറായിരുന്ന ലാൻസലറ്റ് ബ്രൗണിന്റെ മകൾ എലിസബത്ത് ബ്രൗണിനെയാണ് വില്യം ഹാർവി വിവാഹം ചെയ്തത്. 1609-ൽ അദ്ദേഹം പ്രശസ്തമായ സെന്റ് ബർത്തലോമിയോ ആശുപത്രിയിലെ അസിസ്റ്റന്റ് ഫിസിഷ്യനായി നിയമിക്കപ്പെട്ടു.

വളരെ വേഗത്തിൽ നല്ലൊരു ചികിത്സകൻ എന്ന നിലയിൽ വില്യം ഹാർവി പേരെടുത്തു. 1618-ൽ ഇംഗ്ലണ്ടിലെ രാജാവായ ജയിംസ് ഒന്നാമൻ ഹാർവിയെ കൊട്ടാരം ഭിഷഗ്വരനായി തെരഞ്ഞെടുത്തു. അന്നത്തെ നിലയിൽ വലിയ അംഗീകാരമായിരുന്നു അത്. ജയിംസ് ഒന്നാമനെ തുടർന്ന് രാജാവായ ചാൾസ് ഒന്നാമനും തന്റെ ചികിത്സകനായി വില്യം ഹാർവിയെത്തന്നെ നിയമിച്ചു. രാജാവിനേയും പല രാജകീയ അതിഥികളേയും വിദേശയാത്രകളിൽ അനുഗമിക്കാനുള്ള അവസരവും ഹാർവിക്ക് ലഭിച്ചു. ഇത്തരം സന്ദർഭങ്ങളിൽ ചികിത്സയ്ക്ക് പുറമെ നിരവധി നയതന്ത്ര ദൗത്യങ്ങളും അദ്ദേഹം നിറവേറ്റിയിരുന്നതായി ഇംഗ്ലീഷ് ചരിത്രകാരന്മാർ പറയുന്നു.

ഡോക്ടറായി ജോലി ചെയ്യുമ്പോഴും വില്യം ഹാർവിയുടെ താൽപ്പര്യം വൈദ്യശാസ്ത്ര പഠനത്തിലും ഗവേഷണങ്ങളിലുമായിരുന്നു. എല്ലാതരത്തിൽപ്പെട്ട ജീവികളെയും കീറിമുറിച്ച് പരിശോധിക്കുകയെന്നത് അദ്ദേഹത്തിന്റെ ഒരു ശീലമായിരുന്നു. അതിൽ നട്ടെല്ലുള്ളവയും നട്ടെല്ലില്ലാത്തവയും ഉൾപ്പെടും. ജീവികളുടെ ഹൃദയത്തിന്റെയും രക്തക്കുഴലുകളുടെയും ഘടന പഠിക്കാനാണ് അദ്ദേഹം കൂടുതൽ സമയം ചെലവഴിച്ചത്. വിസേലിയസിന്റെ ആശയങ്ങൾ വേരു പിടിച്ചു തുടങ്ങിയിരുന്നെങ്കിലും ഹൃദയത്തിന്റെ ഘടനയെ സംബന്ധിച്ചിടത്തോളം ഗാലന്റെ സിദ്ധാന്തങ്ങൾ തന്നെയാണ് വൈദ്യശാസ്ത്രരംഗം ഭരിച്ചിരുന്നത്. ഇന്ന് കേൾക്കുമ്പോൾ വളരെ വിചിത്രമെന്ന് തോന്നാവുന്നവയായിരുന്നു ഈ നിഗമന

ങ്ങൾ. ചെറുകുടലിലെത്തുന്ന പോഷകാംശങ്ങൾ ഉപയോഗിച്ച് കരളാണ് രക്തം ഉൽപ്പാദിപ്പിക്കുന്നത്. അവിടെനിന്ന് അത് ഹൃദയത്തിലെത്തുകയും പ്രത്യേക ജൈവ ഊർജം അതിൽ നിറയ്ക്കപ്പെടുകയും ചെയ്യുന്നു. ഹൃദയത്തെ രണ്ടായി വിഭജിക്കുന്ന സ്തരഭിത്തിയിൽ നിരവധി സൂക്ഷ്മ സുഷിരങ്ങളുണ്ട്. ഇതിലൂടെ രക്തം ഇരുവശത്തേക്കും സഞ്ചരിക്കുന്നു. ധമനികളുടെയും സിരകളുടെയും ധർമം അറിയാത്തതിനാൽ വേലിയേറ്റവും വേലിയിറക്കവും പോലെ രക്തം കുഴലുകളിലൂടെ ഇരുഭാഗത്തേക്കും ഒഴുകുന്നതായും വിശ്വസിച്ചു. ഇതൊക്കെയാണ് മെഡിക്കൽ കോളേജുകളിൽപ്പോലും പഠിപ്പിച്ചിരുന്നതെന്നോർക്കണം.

പേശീ നിർമിതവും അറകളുള്ളതുമായ ഒരു അവയവമാണ് ഹൃദയമെന്ന് അദ്ദേഹം കണ്ടെത്തി. ഇതിനു സങ്കോചിക്കാനും പൂർവസ്ഥിതി പ്രാപിക്കാനും കഴിയുന്നു. ഹൃദയം സങ്കോചിക്കുമ്പോൾ ധമനികൾ സ്പന്ദിക്കുന്നതിനാൽ, ഈ സമയത്ത് രക്തം ധമനികളിലേക്ക് ഒഴുകുന്നതെന്ന് അദ്ദേഹം ഊഹിച്ചു. ഹൃദയഭിത്തിയിൽ സൂക്ഷ്മ സുഷിരങ്ങളുണ്ടെന്ന ആശയത്തെ അദ്ദേഹം പൂർണമായും നിരാകരിച്ചു. പാമ്പുകളിലും മറ്റും നടത്തിയ പരീക്ഷണങ്ങളിലൂടെ ഹൃദയത്തിന്റെ വലത്തെ കീഴറയായ വെൻട്രിക്കിളിൽ നിന്നും രക്തം ശ്വാസകോശത്തിലേക്കാണ് പമ്പ് ചെയ്യപ്പെടുന്നതെന്ന് ഹാർവി കണ്ടുപിടിച്ചു. ഇടത്തെ വെൻട്രിക്കിളിന്റെ ഭിത്തി വലത്തെ വെൻട്രിക്കിളിന്റേതിനേക്കാൾ കട്ടി കൂടിയതാണ്. ഇതിനു കാരണം ഈ അറയിൽ നിന്നും രക്തം ശരീരത്തിന്റെ എല്ലാ ഭാഗങ്ങളിലേക്കും പമ്പു ചെയ്യപ്പെടുന്നു എന്നതാണെന്നും അദ്ദേഹം പ്രസ്താവിച്ചു.

ഹാർവിയുടെ മറ്റൊരു പ്രധാന കണ്ടെത്തൽ ധമനികളുടെയും സിരകളുടെയും ധർമങ്ങളിലുള്ള വ്യത്യാസമാണ്. ധമനികൾ ഹൃദയത്തിൽ നിന്നും രക്തം കൊണ്ടുപോകുന്ന കുഴലുകളാണെന്നും സിരകളാണ് രക്തത്തെ ഹൃദയത്തിലെത്തിക്കുന്നതെന്നും അദ്ദേഹം പറഞ്ഞു. പാദുവയിൽ ഹാർവിയുടെ അധ്യാപകനായിരുന്ന ഫാബ്രിഷ്യസ് സിരകളിലുള്ള വാൽവുകളെ കണ്ടെത്തിയിരുന്നു. ഹൃദയാഭിമുഖമായി രക്തമൊഴുകുന്നു എന്ന് ഉറപ്പു വരുത്തുകയാണ് ഈ വാൽവുകളുടെ ധർമമെന്ന് ഹാർവി കണ്ടുപിടിച്ചു. ധമനികളിലെയും സിരകളിലെയും രക്തം ഒരിക്കലും കൂടിച്ചേരുകയില്ലെന്നും ധമനികളിലെത്തുന്നത് ഓരോ തവണയും കരളിലുണ്ടാവുന്ന പുതിയ രക്തമാണെന്നുമായിരുന്നു ഗാലന്റെ വാദം. ഹാർവി, ഓരോ ഹൃദയസ്പന്ദന സമയത്തും ഹൃദയത്തിൽ നിന്നും പമ്പ് ചെയ്യപ്പെടുന്ന രക്തത്തിന്റെ അളവ് കൃത്യമായി കണക്കാക്കി. അങ്ങനെ ഓരോ മണിക്കൂറിലും ശരീരത്തിലുള്ള രക്തത്തിന്റെ മൂന്നിരട്ടിയാണ് ഹൃദയം പമ്പു ചെയ്യുന്ന രക്തത്തിന്റെ അളവെന്ന് അദ്ദേഹം കണ്ടെത്തി. ഇത്രയും രക്തം ഓരോ മണിക്കൂറിലും കരളിലുണ്ടാവാൻ സാധ്യതയുണ്ടോ? ഇല്ലെന്ന് തന്നെയാണ് ഉത്തരം. അങ്ങനെ വരുമ്പോൾ ഒരു തവണ ചുറ്റിത്തിരിഞ്ഞ് ഹൃദയത്തിലെത്തിയ രക്തം തന്നെയാണ് വീണ്ടും പമ്പ് ചെയ്യപ്പെടുന്നതെന്ന് വിശ്വസിച്ചേ പറ്റൂ. ധമനികളെയും സിരകളെയും ബന്ധി

പ്പിക്കുന്ന സൂക്ഷ്മ രക്തവാഹിനികളായ ലോമികകൾ കണ്ടുപിടിക്കപ്പെട്ടതിനു ശേഷമേ രക്തചംക്രമണത്തിന്റെ ചിത്രം പൂർണമായുള്ളൂ. വില്യം ഹാർവി മരിച്ച് നാലു വർഷങ്ങൾക്കു ശേഷമാണ് അതുണ്ടായത്.

1616 മുതൽ രക്തചംക്രമണത്തെക്കുറിച്ച് ഹാർവി പ്രഭാഷണങ്ങൾ നടത്തിയിരുന്നെങ്കിലും തന്റെ ആശയങ്ങൾ പുസ്തകരൂപത്തിൽ അവതരിപ്പിച്ചത് 1628–ൽ മാത്രമാണ്. 72 പേജുകളുള്ള ആ പുസ്തകം ലാറ്റിൻ ഭാഷയിലാണ് എഴുതിയത്. 'ഹൃദയത്തിന്റെയും രക്തത്തിന്റെയും ചലനത്തെക്കുറിച്ച്' എന്ന് അർഥം വരുന്ന പേരുള്ള പ്രസ്തുത പുസ്തകം പ്രസിദ്ധീകരിച്ചത് അറിയപ്പെടാത്ത ഒരു പ്രസാധകനാണ്. തന്റെ പുസ്തകമിറങ്ങിയാലുണ്ടാകാവുന്ന പുകിലുകൾ മുൻകൂട്ടി കണ്ടതുകൊണ്ടാവാം ഹാർവി ഇങ്ങനെ ചെയ്തത്.

പ്രതീക്ഷിച്ചതുപോലെ തന്നെ എതിർപ്പുകളുണ്ടായി. എന്നാൽ ശക്തമായ തെളിവുകളുടെ പിൻബലത്തോടെ അവതരിപ്പിക്കപ്പെട്ട നിഗമനങ്ങളെ സ്വീകരിക്കാതിരിക്കാൻ ശാസ്ത്രലോകത്തിന് സാധിച്ചില്ല. സ്വന്തം ജീവിതകാലത്ത് തന്നെ തന്റെ സിദ്ധാന്തങ്ങൾ അംഗീകരിക്കപ്പെട്ടു കാണാനുള്ള ഭാഗ്യം അദ്ദേഹത്തിനുണ്ടായി.

ഇംഗ്ലണ്ടിലെ രാജാവായ ചാൾസ് ഒന്നാമനും പാർലമെന്റും തമ്മിലുള്ള അഭിപ്രായ വ്യത്യാസം ആഭ്യന്തരയുദ്ധത്തിലേക്ക് നീങ്ങുന്ന കാലത്താണ് വില്യം ഹാർവിയുടെ പ്രധാന ഗവേഷണ പ്രവർത്തനങ്ങൾ നടന്നിരുന്നത്. 1629–ൽ ചാൾസ് ഒന്നാമൻ പാർലമെന്റ് പിരിച്ചു വിട്ടു. തുടർന്നുണ്ടായ ആഭ്യന്തരയുദ്ധം ചാൾസ് ഒന്നാമന്റെ വധത്തിലാണവസാനിച്ചത്. രാജാവിനെ വധശിക്ഷയ്ക്ക് വിധേയമാക്കിയ പാർലമെന്ററി സേന എന്തുകൊണ്ടോ അദ്ദേഹത്തിന്റെ വിശ്വസ്തനായിരുന്ന ഹാർവിയെ വെറുതെ വിട്ടു. അദ്ദേഹത്തിന്റെ തലയുടെ യഥാർഥമൂല്യമറിയുന്നവർ ജനകീയപക്ഷത്തുള്ളതു കൊണ്ടാവാം ഇങ്ങനെ സംഭവിച്ചത്.

പക്ഷേ, ആഭ്യന്തരയുദ്ധം ഹാർവിക്ക് വലിയ നഷ്ടമാണ് വരുത്തിവച്ചത്. യുദ്ധം കൊടുമ്പിരികൊള്ളുമ്പോൾ അദ്ദേഹം ഓക്സ്ഫോർഡിലെ മെർട്ടൻ കോളേജിൽ ജോലി ചെയ്യുകയായിരുന്നു. വിപ്ലവകാരികൾ അദ്ദേഹത്തിന്റെ താമസസ്ഥലം കൊള്ളയടിക്കുകയും അവിടെയുണ്ടായിരുന്ന പുസ്തകങ്ങളും കടലാസുകളും നശിപ്പിക്കുകയും ചെയ്തു. അദ്ദേഹത്തിന്റെ നിരവധി ഗവേഷണ പ്രബന്ധങ്ങളും ഇതിൽപ്പെടുന്നു. എങ്കിലും യുദ്ധത്തിൽ പരിക്കേറ്റവരെയും മരണാസന്നരേയും ശുശ്രൂഷിക്കാൻ അദ്ദേഹം മുൻനിരയിൽത്തന്നെയുണ്ടായിരുന്നു.

രക്തചംക്രമണത്തെക്കുറിച്ചുള്ള പഠനത്തിനുശേഷം ഹാർവി ഗവേഷണം നടത്തിയത് പ്രജനനത്തെക്കുറിച്ചായിരുന്നു. കോഴിയുടെ ഭ്രൂണവളർച്ച പഠിച്ച ആദ്യത്തെ ശാസ്ത്രജ്ഞനാണ് വില്യം ഹാർവി. ഏത് ജീവിയുടെയും ഓരോ തലമുറയും അണ്ഡത്തിൽ നിന്നാണ് വികാസം പ്രാപിക്കുന്നതെന്നദ്ദേഹം തീർത്തു പറഞ്ഞു. *പ്രത്യുൽപ്പാദനത്തെക്കുറിച്ചുള്ള ചർച്ച* എന്നൊരു പുസ്തകം അദ്ദേഹം 1651–ൽ പ്രസിദ്ധീകരിച്ചു.

ആധുനിക ഭ്രൂണവിജ്ഞാനമേഖലയിലെ ആദ്യഗ്രന്ഥമായി ഇത് കണക്കാക്കപ്പെടുന്നു.

ശാസ്ത്രജ്ഞൻ, ഭിഷഗ്വരൻ എന്നതിലപ്പുറം ഉന്നതമായൊരു സാമൂഹ്യ ബോധത്തിന്റെ ഉടമയും കൂടിയായിരുന്നു വില്യം ഹാർവി. 1651–ൽ ഓക്സ്ഫോർഡിലെ മെർട്ടൻ കോളേജ് കെട്ടിടത്തിന്റെയും ലൈബ്രറിയുടെയും നിർമാണത്തിന് അദ്ദേഹം വലിയൊരു തുക നൽകി. 1656– ൽ 'റോയൽ കോളേജ് ഓഫ് സർജൻസ്' എന്ന സ്ഥാപനത്തിനു തന്റെ ലൈബ്രറി സംഭാവന ചെയ്യുകയും ഒരു ലൈബ്രേറിയനെ നിയമിക്കാനും എല്ലാ വർഷവും ഒരു പ്രഭാഷണ പരമ്പര നടത്താനുമുള്ള ചെലവിനായി തന്റെ സമ്പാദ്യത്തിന്റെ വലിയൊരു ഭാഗം നീക്കിവെക്കുകയും ചെയ്തു. ഈ പ്രഭാഷണ പരമ്പര ഇന്നും തുടരുന്നു.

1657–ജൂൺ മൂന്നാം തീയതി പക്ഷാഘാതത്തെത്തുടർന്ന് വില്യം ഹാർവി നിര്യാതനായി. തന്റെ ജന്മഗ്രാമമായ ഫോൾക്ക് സ്റ്റോണിൽ ഒരു വിദ്യാലയം സ്ഥാപിക്കാനുള്ള തുക അദ്ദേഹം തന്റെ ഒസ്യത്തിൽ നീക്കി വച്ചിരുന്നു. 1674–ൽ സ്ഥാപിച്ച ഈ വിദ്യാലയം – ഹാർവി ഗ്രാമർ സ്കൂൾ ഇന്നും നല്ല നിലയിൽ നടന്നു വരുന്നു.

രണ്ടാം സഹസ്രാബ്ദത്തിൽ ജീവിച്ചിരുന്ന ഏറ്റവും മഹാന്മാരായ പത്തുപേരിൽ ഒരാളായിട്ടാണ് വില്യംഹാർവിയുടെ പേര് ചരിത്രത്തിൽ രേഖപ്പെടുത്തപ്പെട്ടത്.

4

ക്രിസ്റ്റ്യൻ ഹൈഗൻസ് (1629–1695)

കോപ്പർനിക്കസ് കൊളുത്തിയ ശാസ്ത്രീയ ചിന്തയുടെ തിരിനാളം ഗലീലിയോവിലൂടെ ഒരു ജ്വാലയായി മാറി യൂറോപ്പിനെ മുഴുവൻ പ്രകാശിപ്പിച്ചതു നാം കണ്ടു. യാഥാസ്ഥിതികർ തല്ലിക്കെടുത്താൻ ശ്രമിച്ചിട്ടും അണയാത്ത ആ പ്രകാശനാളം ന്യൂട്ടനിലെത്തുമ്പോഴേക്കും യുക്തിചിന്തയുടെ വക്രരേഖയായി മാറുന്നതും കാണാം. ഇവയ്ക്കിടയിൽ ഏറ്റവും സ്മരണീയമായ പേരുകളിലൊന്നാണ് ക്രിസ്റ്റ്യൻ ഹൈഗൻസ്, ജ്യോതി

ശാസ്ത്രത്തിലും ഭൗതികത്തിന്റെ വിവിധ മേഖലകളിലും അദ്ദേഹം കനപ്പെട്ട സംഭാവനകൾ നൽകിയിട്ടുണ്ട്.

ഹോളണ്ടിലെ ഹേഗിൽ 1629 ഏപ്രിൽ 14 നാണ് ഹൈഗൻസ് ജനിച്ചത്. ഉന്നത സർക്കാർ ഉദ്യോഗസ്ഥനായിരുന്ന പിതാവ് കോൺസ്റ്റാന്റിൽ ഹൈഗൻസ്, ഗണിത ശാസ്ത്രജ്ഞനായ റെനെ ദെക്കാർത്തെയുടെ അടുത്ത സുഹൃത്തായിരുന്നു. പഠിക്കാൻ മിടുക്കനായ ഇളയ മകനെ പതിനാറു വയസുവരെ വീട്ടിൽ ട്യൂട്ടർമാരെ വരുത്തിയാണ് അദ്ദേഹം പഠിപ്പിച്ചത്. യന്ത്രങ്ങളുടെ ചിത്രങ്ങൾ വരയ്ക്കാനും മാതൃകകൾ ഉണ്ടാക്കാനും ആ കുട്ടി അതീവ താൽപ്പര്യം കാണിച്ചു. അതോടൊപ്പം ജ്യോമിട്രിയിലും. തുടർന്ന് ലെയ്ഡൻ സർവകലാശാലയിൽ ബിരുദപഠനം പൂർത്തിയാക്കി.

ഹൈഗൻസിന്റെ ആദ്യകാല പഠനങ്ങൾ ഗണിതശാസ്ത്രത്തിലായിരുന്നു. 1651–ൽ ഗണിതശാസ്ത്ര സംബന്ധിയായ ഒരു ഗ്രന്ഥവും അദ്ദേഹം പ്രസിദ്ധീകരിച്ചു. തുടർന്നെഴുതിയ ചില ലേഖനങ്ങളിൽ ദെക്കാർത്തെയുടെ ചില നിഗമനങ്ങളിലുള്ള പ്രമാദങ്ങൾ ചൂണ്ടിക്കാണിച്ചു. എന്നാൽ ഇവയിൽ പലതും അദ്ദേഹത്തിന്റെ മരണശേഷമാണ് വെളിച്ചം കണ്ടത്. അതുകൊണ്ടുതന്നെ ദൂരദർശിനി ഉപയോഗിച്ചുള്ള കണ്ടുപിടിത്തങ്ങളുടെ പേരിലാണ് അദ്ദേഹം തന്റെ ജീവിതകാലത്ത് ശാസ്ത്രലോകത്ത് ഇരിപ്പിടം നേടിയത്.

1655–ഓടെ ഹൈഗൻസിന്റെ താൽപ്പര്യം ലെൻസുകളിലേക്കും ദൂരദർശിനികളിലേക്കും തിരിഞ്ഞു. ഇത് അദ്ദേഹത്തെ ജ്യോതിശാസ്ത്രത്തിന്റെ വിസ്മയ ലോകത്തിലേക്ക് നയിച്ചു. ആകാശത്തിലെ ഏറ്റവും കൗതുകമേറിയ കാഴ്ചകളിലൊന്നായ ശനിയിലേക്കാണ് അദ്ദേഹം ആദ്യമായി ശ്രദ്ധ കേന്ദ്രീകരിച്ചത്. ശനിയുടെ ചുറ്റുമുള്ള വലയങ്ങളെക്കുറിച്ച് നേരത്തേ ഗലീലിയോ രേഖപ്പെടുത്തിയിരുന്നു. ഹൈഗൻസിന്റെ അന്വേഷണമെത്തിയത് ശനിയുടെ ഉപഗ്രഹത്തിന്റെ കണ്ടുപിടിത്തത്തിലാണ്. താൻ കണ്ടെത്തിയ ഉപഗ്രഹത്തിന് അദ്ദേഹം 'ടൈറ്റാൻ' എന്ന് പേരു കൊടുത്തു.

1655–ൽ ഏതാനും മാസങ്ങൾ പാരീസിൽ ചെലവഴിച്ചശേഷം ഹൈഗൻസ് സ്വദേശത്തേക്കു മടങ്ങി. പിന്നീടുള്ള കുറേക്കാലം അദ്ദേഹത്തിന്റെ പരിശ്രമം മുഴുവൻ മെച്ചപ്പെട്ട ഗുണനിലവാരമുള്ള ലെൻസുകളും ദൂരദർശിനികളും നിർമിക്കുന്നതിലായിരുന്നു. മൂത്ത സഹോദരനായിരുന്നു ലെൻസ് നിർമാണത്തിൽ അദ്ദേഹത്തിന്റെ മാർഗദർശി. അക്കാലം വരെ ആരും നിർമിച്ചിട്ടില്ലാത്ത വിധം സൂക്ഷ്മതയുള്ള ലെൻസുകൾ നിർമിക്കുന്നതിൽ അവർ വിജയിച്ചു. ഇത്തരം ലെൻസുകൾ ഉപയോഗിച്ച് മുപ്പതടിയോളം നീളമുള്ള ടെലസ്കോപ്പ് നിർമിക്കുന്നതിലും അവർ വിജയിച്ചു. ഇത് ഉപയോഗിച്ച്; തന്നെ ആദ്യം മുതലേ ആകർഷിച്ച ശനിഗ്രഹത്തെക്കുറിച്ച് വിശദമായ നിരീക്ഷണങ്ങൾ അദ്ദേഹം നടത്തി. ശനിയെക്കുറിച്ചും, അതിനു ചുറ്റുമുള്ള വലയങ്ങളെക്കുറിച്ചുമുള്ള തന്റെ കണ്ടെത്തലുകൾ 1659–ൽ അദ്ദേഹം പുസ്തകരൂപത്തിൽ ലോകത്തിന് സമ്മാ

നിച്ചു. 1997–ൽ ശനിഗ്രഹത്തിന്റെ വലയങ്ങളെക്കുറിച്ച് പഠിക്കാനുദ്ദേശിച്ചു. നാസയും യൂറോപ്യൻ സ്പേസ് ഏജൻസിയും സംയുക്തമായി തയാറാക്കിയ പ്രോജക്ടിന്റെ പേര് കാസീനിഹൈഗൻസ് എന്നാണ്. ശനിയുടെ നാല് ഉപഗ്രഹങ്ങളെ കണ്ടെത്തുകയും ആ ഗ്രഹത്തിന്റെ വലയങ്ങൾ ചെറുകണങ്ങൾ ചേർന്നുണ്ടായതാണെന്ന് ആദ്യമായി പ്രസ്താവിക്കുകയും ചെയ്ത ഇറ്റാലിയൻ വാനശാസ്ത്രജ്ഞനാണ് ജിയേണ കാസിനി. ഹൈഗൻസിന്റെ സമകാലികനായിരുന്നു ഇദ്ദേഹം. തന്റെ ദൂരദർശിനി ഉപയോഗിച്ച് ശനിയുടെ ഉപഗ്രഹത്തിന് പുറമെ 'ഓറിയോൺ' നക്ഷത്ര പടലത്തെയും ഹൈഗൻസ് കണ്ടെത്തി. അനന്തമായ പ്രപഞ്ചത്തിൽ ചിതറിക്കിടക്കുന്ന നക്ഷത്രങ്ങൾക്കെല്ലാം ഗ്രഹസമുച്ചയമുണ്ടായിരിക്കുമെന്ന് അദ്ദേഹം വിശ്വസിച്ചു.

പ്രകാശസാന്ദ്രതയെ അടിസ്ഥാനമാക്കി നക്ഷത്രങ്ങളിലേക്കുള്ള ദൂരം അളക്കാനുള്ള ശ്രമവും ഹൈഗൻസ് നടത്തി. ഇതിനായി ദൂരദർശിനികളെ കൃത്യതയുള്ള അളവുപകരണങ്ങളാക്കി മാറ്റണമെന്ന് അദ്ദേഹം മനസിലാക്കി. അങ്ങനെ വരുമ്പോൾ കൃത്യമായ സമയം രേഖപ്പെടുത്തണം. ഈ വഴിയുള്ള അന്വേഷണം അദ്ദേഹത്തെ ഗലീലിയോവിന്റെ പെൻഡുലത്തിലെത്തിച്ചു. പെൻഡുലത്തിന്റെ ദോലനം വഴി നിയന്ത്രിക്കപ്പെടുന്ന ആദ്യത്തെ യന്ത്രഘടികാരം ഹൈഗൻസ് നിർമിച്ചു. 1658–ലായിരുന്നു ഇത്. കൃത്യമായ സമയപാലനത്തിന്റെ യുഗമാണ് ഇതോടെ പിറവിയെടുത്തത്. ഹൈഗൻസിന്റെ ഈ കണ്ടുപിടിത്തം ഭൗതികശാസ്ത്രത്തിന്റെ വളർച്ചയിൽ ഒരു വൻ കുതിച്ചുചാട്ടമായിരുന്നു. തന്റെ പെൻഡുലം ക്ലോക്ക് നാവികർക്ക് ഉപയോഗിക്കാനാവില്ലെന്ന് ഹൈഗൻസ് താമസിയാതെ കണ്ടെത്തി. കപ്പലിന്റെ ചലനം പെൻഡുലത്തിന്റെ ദോലനത്തെ ബാധിക്കുന്നതാണ് ഇതിനുകാരണം. അതിനാൽ ചലനത്തിന്റെ വ്യാപ്തി ദോലനസമയത്തെ ബാധിക്കാത്ത ഒരു പെൻഡുലം നിർമിക്കാനായി അദ്ദേഹത്തിന്റെ പിന്നീടുള്ള പരിശ്രമം. ഇതിൽ അദ്ദേഹം വിജയിക്കുകയും ചെയ്തു.

1660–ൽ ഹൈഗൻസ് വീണ്ടും പാരീസിലെത്തി. ഈ സമയത്താണ് അദ്ദേഹത്തിന്റെ ശ്രദ്ധ ബലങ്ങളിലേക്കും അവയ്ക്ക് വസ്തുക്കളിന്മേലുള്ള പ്രഭാവത്തിലേക്കും തിരിഞ്ഞത്. ഈ രംഗത്ത് പുതിയതായി പല വസ്തുതകളും അദ്ദേഹം കണ്ടെത്തി. പെൻഡുലത്തിന്റെ ചലനങ്ങളെക്കുറിച്ച് അദ്ദേഹം നടത്തിയ പഠനങ്ങളുടെ ആകെത്തുക 1673–ൽ ഒരു പുസ്തകമായി പ്രസിദ്ധീകരിക്കപ്പെട്ടു. ഡൈനാമിക്സ് അഥവാ ഗതികത്തിലെ ഒരു മാസ്റ്റർപീസായി ഈ ഗ്രന്ഥം ഇന്നും കരുതപ്പെടുന്നു.

ഹൈഗൻസിന്റെ ഏറ്റവും വലിയ മറ്റൊരു കണ്ടുപിടിത്തം പ്രകാശത്തിന്റ മേഖലയിലായിരുന്നു. പ്രകാശം തരംഗങ്ങളായാണ് പ്രസരിക്കുന്നതെന്ന് അദ്ദേഹം പ്രസ്താവിച്ചു. പ്രകാശസ്രോതസ്സ് സൃഷ്ടിക്കുന്ന വിക്ഷോഭം ചുറ്റുമുള്ള മാധ്യമത്തിൽ തരംഗങ്ങളായി വ്യാപിക്കുന്നു എന്നായിരുന്നു അദ്ദേഹത്തിന്റെ നിഗമനം. പക്ഷേ, പ്രകാശ തരംഗങ്ങൾക്ക്,

ശബ്ദതരംഗങ്ങളുമായി സാദൃശ്യമുണ്ടെന്ന അദ്ദേഹത്തിന്റെ അഭിപ്രായം ശരിയായിരുന്നില്ലെന്ന് പിന്നീട് തെളിഞ്ഞു. കാരണം, ശബ്ദം അനുദൈർഘ്യതരംഗങ്ങളായാണ് പ്രസരിക്കുന്നത്. ഇവിടെ തരംഗത്തിന്റെ കമ്പനങ്ങൾ ഊർജപ്രസരണദിശയിൽത്തന്നെയാണ്. പ്രകാശം പ്രസരിക്കുന്നത് അനുപ്രസ്ഥതരംഗങ്ങളായിട്ടാണ് എന്ന് ഒരു നൂറ്റാണ്ടിനുശേഷമാണ് കണ്ടെത്തിയത്. അനുപ്രസ്ഥതരംഗങ്ങളിൽ കമ്പനം ഊർജ പ്രസരണദിശയ്ക്ക് ലംബമായിട്ടാണ്.

1678-ൽ പാരീസിലെ അക്കാഡമി ഓഫ് സയൻസിന്റെ ഒരു യോഗത്തിലാണ് ഹൈഗൻസ് തന്റെ സിദ്ധാന്തം ആദ്യമായി അവതരിപ്പിച്ചത്. അദ്ദേഹം ദീർഘകാലമായി നടത്തിയ ഗവേഷണങ്ങളുടെയും പഠനങ്ങളുടെയും ഫലമായിരുന്നു ഈ കണ്ടുപിടിത്തം. ഐസക് ന്യൂട്ടൺ അപ്പോഴേക്കും യൂറോപ്യൻ ശാസ്ത്രലോകത്ത് അതികായനായി മാറിയിരുന്നു. ഹൈഗൻസിന്റെ സിദ്ധാന്തത്തെ ന്യൂട്ടൻ നഖശിഖാന്തം എതിർത്തു. പ്രകാശം കണികകളായിട്ടാണ് പ്രസരിക്കുന്നതെന്നായിരുന്നു ന്യൂട്ടന്റെ വാദം. സ്വാഭാവികമായും ശാസ്ത്രലോകം ന്യൂട്ടന്റെ കൂടെ നിന്നു. പ്രകാശം നേർരേഖയിൽ സഞ്ചരിക്കുന്നതിനാലാണ് വസ്തുക്കളുടെ നിഴലുകൾ ഉണ്ടാവുന്നതെന്നായിരുന്നു അവരുടെ വാദം. തരംഗങ്ങളായിരുന്നെങ്കിൽ അവ വസ്തുക്കളുടെ മേൽ വളഞ്ഞു സഞ്ചരിക്കുമായിരുന്നല്ലോ. മറ്റു തരംഗങ്ങളും നേർരേഖയിൽ സഞ്ചരിക്കുമെന്നും അവയ്ക്കും പ്രകാശത്തെപ്പോലെ പ്രതിഫലനവും വ്യതികരണവും സാധ്യമാണെന്നും തെളിയിക്കാൻ ഹൈഗൻസ് ശ്രമിച്ചു. പക്ഷേ, ന്യൂട്ടന്റെ കണികാ സിദ്ധാന്തത്തെ മറികടക്കാൻ ഹൈഗൻസിന് കഴിഞ്ഞില്ല. എങ്കിലും 1690-ൽ തന്റെ സിദ്ധാന്തങ്ങൾ പുസ്തകരൂപത്തിൽ പ്രസിദ്ധീകരിക്കാൻ ഹൈഗൻസിനു സാധിച്ചു. ഹൈഗൻസിന്റെ ആശയങ്ങൾ ശാസ്ത്രലോകത്തിന്റെ അംഗീകാരം നേടിയെടുക്കാൻ ഒരു നൂറ്റാണ്ട് കാത്തിരിക്കേണ്ടി വന്നു.

കാലത്തിനു മുൻപേ പറന്ന ശാസ്ത്രപ്രതിഭയായിരുന്നു ക്രിസ്ത്യൻ ഹൈഗൻസ്. പെൻഡുലംക്ലോക്കുകൾക്ക് പുറമെ, മറ്റ് തരത്തിലുള്ള യന്ത്രങ്ങളിലും അദ്ദേഹം താൽപ്പരനായിരുന്നു. ഒരു പോക്കറ്റ് വാച്ചും ഹൈഗൻസ് സ്വന്തമായി നിർമിച്ചിരുന്നത്രെ. ലീഡൻ യൂണിവേഴ്സിറ്റി മ്യൂസിയത്തിൽ ഹൈഗൻസ് നിർമിച്ച പെൻഡുലംക്ലോക്ക് ഇപ്പോഴും കാണാം.

അന്യഗ്രഹജീവികൾ, ഹൈഗൻസിനു താൽപ്പര്യമുള്ള മറ്റൊരു വിഷയമായിരുന്നു. പതിനേഴാം നൂറ്റാണ്ടിലെ ഭൂമിയെപ്പോലെ, അനേകം ജീവിവർഗങ്ങളടങ്ങിയ മറ്റു ഗ്രഹങ്ങളും ഉണ്ടാവാമെന്ന് അദ്ദേഹം ഉറപ്പിച്ചു വിശ്വസിച്ചിരുന്നു. ഇതേ ആശയം പ്രചരിപ്പിച്ചതിനാണ് 1600- ൽ ഇറ്റലിയിൽ ബ്രൂണോയെ ചുട്ടുകൊന്നതെന്ന് ഓർക്കുമ്പോഴാണ് ഹോളണ്ടിലെ ചിന്താസ്വാതന്ത്ര്യത്തിന്റെ മഹത്വം നമുക്ക് മനസിലാവുന്നത്.

1681-ൽ ഹൈഗൻസ് പാരീസിൽ നിന്നും ഹോളണ്ടിൽ തിരിച്ചെത്തി.

അദ്ദേഹത്തിന്റെ ആരോഗ്യനിലയും വളരെ മോശമായിരുന്നു. അവിവാഹിതനായ അദ്ദേഹത്തെ അവസാനകാലത്ത് ഏകാന്തതയും വല്ലാതെ അലട്ടിയിരുന്നു. എഴുത്തുകളിലൂടെ അദ്ദേഹം തന്റെ സൗഹൃദബന്ധങ്ങൾ നിലനിർത്തി. 1695-ൽ ഹേഗിൽ വച്ച് ക്രിസ്റ്റ്യൻ ഹൈഗൻസ് നിര്യാതനായി. അദ്ദേഹത്തിന്റെ, ഡച്ച് ഭാഷയിലുള്ള എഴുത്തുകളും ഗ്രന്ഥങ്ങളുമെല്ലാം ഡച്ച് അക്കാഡമി ഓഫ് സയൻസ് 22 വാല്യങ്ങളായി പ്രസിദ്ധീകരിച്ചിട്ടുണ്ട്. ആ മഹാശാസ്ത്രജ്ഞനു ജന്മനാടു നൽകിയ ഏറ്റവും വലിയ അംഗീകാരമാണ് ഇത്.

ഹൈഗൻസിന്റെ ഏറ്റവും വലിയ സവിശേഷത മറ്റൊന്നാണ്. പതിനേഴാം നൂറ്റാണ്ടിലെ മറ്റുചില ശാസ്ത്രജ്ഞരെപ്പോലെ ഏതെങ്കിലും മതവിഭാഗങ്ങളുടെയോ, തത്വചിന്താ പദ്ധതിയുടെയോ കൂടെ നിൽക്കാൻ അദ്ദേഹം ഒരിക്കലും ശ്രമിച്ചിട്ടില്ല. അദ്ദേഹത്തിന്റെ വഴി ശാസ്ത്രത്തിന്റേതു മാത്രമായിരുന്നു. ആ രംഗത്ത് അദ്ദേഹത്തിന്റെ സംഭാവനകൾ എന്നും സ്മരിക്കപ്പെടും.

5

ചാൾസ് ബാബേജ് (1791–1871)

ചില മനുഷ്യരുണ്ട്. അവർ കാലത്തിനും മുൻപേ ജനിക്കുന്നവരാണ്. അതിനാൽ ജീവിച്ചിരുന്ന കാലത്ത് ആരും അവരുടെ പ്രതിഭയോ കഴിവോ തിരിച്ചറിയുന്നില്ല. അംഗീകാരങ്ങൾ അവരെ തേടി വരുന്നില്ല. അവർക്കുശേഷം വരുന്ന ഒരു തലമുറയാൽ ആദരിക്കപ്പെടാനാണ് അവരുടെ വിധി. എഴുത്തുകാരും തത്വചിന്തകരും കലാകാരന്മാരും ഈ വിഭാഗത്തിലുണ്ട്, ശാസ്ത്രജ്ഞന്മാരുടെ ഇടയിലും അപൂർവമായി അത്തര

ക്കാറുണ്ട്. അക്കൂട്ടത്തിലുള്ള ഒരു മഹാപ്രതിഭയാണ് കമ്പ്യൂട്ടറിന്റെ ഉപജ്ഞാതാവായ ചാൾസ് ബാബേജ്.

1791–ൽ ഇംഗ്ലണ്ടിലെ ഡെവൻഷെയറിലാണ് ചാൾസ് ബാബേജ് ജനിച്ചത്. പിതാവ് ധനികനായ ഒരു ബാങ്കറായിരുന്നു. വളരെ സമ്പന്നമായ കുടുംബം. അല്ലലറിയാത്തതായിരുന്നു ചാൾസിന്റെ കുട്ടിക്കാലം.

കൊച്ചു ചാൾസിന് ഗണിതം ഒരു ലഹരിയായിരുന്നു. കണക്കു ചെയ്യുന്നതിൽ മാത്രമായിരുന്നു ആ കുട്ടിയുടെ ശ്രദ്ധ. അതിനാൽത്തന്നെ വിദ്യാലയത്തിൽ നിന്ന് പഠിക്കുന്നതിനെക്കാൾ വളരെയധികം ഗണിതം അവൻ സ്വയം പഠിച്ചു. പിന്നീട് ഉപരിപഠനത്തിനായി കേംബ്രിഡ്ജിൽ ചേർന്നു. വിദ്യാഭ്യാസകാലം മുതൽ ഗണിതക്രിയകൾ ചെയ്യാൻ കഴിവുള്ള ഒരു യന്ത്രം വികസിപ്പിച്ചെടുക്കുകയെന്നത് ബാബേജിന്റെ വലിയ സ്വപ്നമായിരുന്നു. ലോഗരിതം പട്ടിക തയാറാക്കാൻ സഹായിക്കുന്ന ഒരു എഞ്ചിൻ എന്നതായിരുന്നു അദ്ദേഹത്തിന്റെ സങ്കൽപ്പം. ഡിഫറൻസ് എഞ്ചിൻ എന്ന് അദ്ദേഹം അതിനൊരു പേരും കൊടുത്തു. അദ്ദേഹത്തിന്റെ ആദ്യത്തെ ഗണിതയന്ത്രത്തിന് എട്ട് സ്ഥാനങ്ങൾ വരെ കൂട്ടാനുള്ള കഴിവുണ്ടായിരുന്നത്രെ. 1823–ൽ ഒരു സങ്കലന യന്ത്രം നിർമിക്കുന്നതിന് അദ്ദേഹത്തിന് സർക്കാരിൽ നിന്നും ധനസഹായം ലഭിച്ചു. കുടുംബത്തെ ആശ്രയിച്ചു ജീവിച്ചിരുന്ന ബാബേജിന് ജോലിയോ സ്വന്തമായി വരുമാന മാർഗങ്ങളോ ഉണ്ടായിരുന്നില്ല.

ഡിഫറൻസ് എഞ്ചിനെക്കുറിച്ച് ബാബേജിന്റെ സങ്കൽപ്പം, അക്കാലത്തെ കണക്കുകൂട്ടൽയന്ത്രങ്ങളെക്കുറിച്ചുള്ള എല്ലാ ധാരണകൾക്കും അപ്പുറമായിരുന്നു. മറ്റുള്ളവർക്ക് അത് പെട്ടെന്ന് ഉൾക്കൊള്ളാൻ കഴിഞ്ഞില്ലെങ്കിൽ, അവരെ കുറ്റപ്പെടുത്താൻ പറ്റില്ല. അദ്ദേഹത്തിന്റെ സങ്കൽപ്പത്തിനൊത്ത ഒരു യന്ത്രം അന്നത്തെ സാങ്കേതികവിദ്യ ഉപയോഗിച്ച് രൂപപ്പെടുത്തുക വളരെ ശ്രമകരമായ ഒരു ജോലി തന്നെയായിരുന്നു. എന്നിട്ടും ബാബേജ് അത് നിർമിച്ചെടുക്കുക തന്നെ ചെയ്തു. കേവലം ഒരു മോഡൽകൊണ്ട് അദ്ദേഹം തൃപ്തിപ്പെട്ടില്ല. തന്റെ മനസിൽ വിരിയുന്ന ഭാവനയ്ക്കനുസരിച്ചു പല തവണ ഡിഫറൻസ് എഞ്ചിന്റെ മോഡലുകൾ മാറ്റിമാറ്റി ചെയ്യപ്പെട്ടു.

സർക്കാരിന്റെ ധനസഹായം ലഭിച്ചതോടെ അനലറ്റിക്കൽ എഞ്ചിൻ എന്ന പുതിയൊരു യന്ത്രത്തിന്റെ നിർമാണത്തിലേക്ക് അദ്ദേഹം ശ്രദ്ധ തിരിച്ചു. അതോടെ ഡിഫറൻസ് എഞ്ചിന്റെ രണ്ടാമത്തെയും മൂന്നാമത്തെയും മോഡലിന്റെ പണി പാതിവഴിയിലായി. അതായിരുന്നു ബാബേജിന്റെ സ്വഭാവരീതി. അനന്യമായ ആ ഭാവനയിൽ പുതിയ പുതിയ ആശയങ്ങൾ ഒന്നിനു പുറകെ മറ്റൊന്നായി വന്നു കൊണ്ടിരുന്നു. ഓരോന്നിനും പിന്നാലെ, നിറമുള്ള പട്ടങ്ങൾക്ക് പിന്നാലെ കുട്ടിയെന്ന പോലെ അദ്ദേഹം സഞ്ചരിച്ചു. എല്ലാറ്റിനെയും ഒരുമിച്ച് കരത്തിലൊതുക്കാൻ പറ്റുമോ? ഇതാണ് ബാബേജിനും സംഭവിച്ചത്.

പഞ്ച്കാർഡ് എന്ന് പേരിട്ട ഒരു മെമ്മറികാർഡിലൂടെ കൊടുക്കുന്ന

നിർദേശങ്ങൾക്കനുസരിച്ച് ഏത് ഗണിതക്രിയയും ചെയ്യുന്ന ഒരു അനലറ്റിക്കൽ എഞ്ചിൻ അദ്ദേഹം വികസിപ്പിച്ചു. അന്നത്തെ ശാസ്ത്രജ്ഞരാരും സങ്കൽപ്പിച്ചുകൂടിയില്ലാത്ത ഒന്നായിരുന്നു ബാബേജിന്റെ അനലറ്റിക്കൽ എഞ്ചിൻ. ഇന്ന് നാം ഉപയോഗിക്കുന്ന കമ്പ്യൂട്ടറിന്റെ ഘടന തന്നെയാണ് ഇതിനും ഉണ്ടായിരുന്നത്. മെമ്മറി, സി പി യു, ഇൻപുട്ട്/ഔട്ട്പുട്ട് എന്നീ ഭാഗങ്ങൾ ഈ യന്ത്രത്തിനുമുണ്ടായിരുന്നു. നമ്മുടെ ഇന്നത്തെ മെമ്മറിയെ സ്റ്റോർ (Store) എന്നാണദ്ദേഹം വിളിച്ചത്. ബാബേജ് രൂപകൽപ്പന ചെയ്ത അനലറ്റിക്കൽ എഞ്ചിനും ഇന്നത്തെ കമ്പ്യൂട്ടറും തമ്മിലുള്ള സാദൃശ്യം ആരേയും വിസ്മയിപ്പിക്കും. അന്ന് ബാബേജ് നിർമിച്ച യന്ത്രഭാഗങ്ങളുടെ സ്ഥാനത്ത് ഇന്ന് ഇലക്ട്രോണിക് ഉപകരണങ്ങളാണെന്ന് മാത്രം. 1862-ൽ ബാബേജ് തന്റെ യന്ത്രത്തിന്റെ അവസാന മിനുക്കുപണിയും തീർത്തു. അപ്പോഴേക്കും തനിക്കു ലഭിച്ചിരുന്ന കുടുംബസ്വത്തിന്റെ അവസാനത്തെ പെനിവരെ ചെലവഴിച്ചു തീർത്തിരുന്നു. സർക്കാറിൽ നിന്നു ലഭിക്കുന്ന ധനസഹായം മാത്രമായിരുന്നു ഏകാവലംബം.

1862-ൽ നടന്ന ഒരു അന്താരാഷ്ട്ര പ്രദർശനത്തിൽ ബാബേജ് തന്റെ യന്ത്രം പ്രദർശിപ്പിച്ചു. തികച്ചും പുതുമയേറിയ ഈ യന്ത്രം ആളുകളെ ആകർഷിച്ചു. പക്ഷേ, സാധാരണക്കാർക്ക് ഒന്നും മനസിലായില്ല. ഈ ഉപകരണത്തിന്റെ അനന്തസാധ്യതകളെക്കുറിച്ച് മനസിലാക്കാൻ കഴിയുന്ന വിധത്തിൽ അന്നത്തെ ശാസ്ത്രജ്ഞാനം വികസിച്ചിരുന്നില്ല എന്നതാണ് സത്യം. യന്ത്രത്തിന് വിപണന സാധ്യതയില്ലെന്നറിഞ്ഞതോടെ ഗവൺമെന്റ് നൽകിയ സഹായധനം പിൻവലിച്ചു. പിടിച്ചു നിൽക്കാൻ മറ്റു വഴികളില്ല. സഹായിക്കാനാരുമില്ല. അങ്ങനെ തന്റെ പ്രിയപ്പെട്ട സ്വപ്നത്തെ ബാബേജിന് പാതിവഴിയിൽ ഉപേക്ഷിക്കേണ്ടിവന്നു. ബാബേജിന്റെ നിർദേശങ്ങളുടെ അടിസ്ഥാനത്തിൽ, ചില ബ്രിട്ടീഷ് ശാസ്ത്രജ്ഞർ അദ്ദേഹത്തിന്റെ ഇരുന്നൂറാം ജന്മവാർഷിക വർഷമായ 1991-ൽ ഡിഫറൻസ് (ഡിഫറൻസ് എഞ്ചിൻ -2 എന്ന പേരിൽ) നിർമിക്കുകയുണ്ടായി.

ബാബേജിന്റെ പ്രതിഭ കണക്കുയന്ത്രങ്ങളിൽ മാത്രം ഒതുങ്ങുന്നതായിരുന്നില്ല. സാമ്പത്തികശാസ്ത്രം, ഭൗതികം, ജീവശാസ്ത്രം, സാമൂഹ്യശാസ്ത്രം തുടങ്ങിയവയിലെല്ലാം അദ്ദേഹത്തിന് താൽപ്പര്യമുണ്ടായിരുന്നു. ഇംഗ്ലണ്ടിലെ തപാൽ സമ്പ്രദായം പരിഷ്കരിക്കുന്നതിനു സഹായിച്ചത് അദ്ദേഹത്തിന്റെ നിർദേശങ്ങളാണ്. അന്നൊക്കെ ദൂരം നോക്കിയാണ് എഴുത്തുകളിൽ സ്റ്റാമ്പ് ഒട്ടിച്ചിരുന്നത്. അതിനുപകരം തൂക്കംനോക്കി സറ്റാമ്പ് ഒട്ടിക്കുന്ന സമ്പ്രദായം അങ്ങനെ തുടങ്ങിയതാണ്.

വിവിധ മേഖലകളിൽ വ്യാപിച്ചുകിടക്കുന്നവയാണ് ബാബേജിന്റെ സംഭാവനകൾ. തീവണ്ടിഎഞ്ചിനുകളുടെ മുന്നിൽ, പാളത്തിന്മേലുള്ള കന്നുകാലികളെയോ മറ്റ് വലിയ വസ്തുക്കളെയോ വശങ്ങളിലേക്ക് തള്ളി

മാറ്റാൻ സഹായിക്കുന്ന ലോഹചട്ടക്കൂട് (കാ കേച്ചർ എന്നാണിതിന്റെ പേര്) അദ്ദേഹത്തിന്റെ കണ്ടുപിടിത്തമാണ്. ഓപ്പറേഷൻ റിസർച്ച് എന്ന് ഇന്നറിയപ്പെടുന്ന ഗണിതശാസ്ത്രശാഖയുടെ ഉപജ്ഞാതാവ് ബാബേജാണ്.

ഫാരഡെയുടെ സമകാലികനായിരുന്നു ചാൾസ് ബാബേജ്. ഫാരഡെക്ക് അംഗീകാരവും പ്രശസ്തിയും നൽകിയ ഇംഗ്ലീഷ് ശാസ്ത്രലോകം ബാബേജ് എന്ന പ്രതിഭാശാലിയെ പൂർണമായി അവഗണിച്ചുകളഞ്ഞു. ഇത് തെല്ലൊന്നുമല്ല അദ്ദേഹത്തെ നിരാശനാക്കിയത്. അനന്തസാധ്യതകളുള്ള സ്വന്തം യന്ത്രത്തിന്റെ രൂപരേഖകൾ മാറ്റിമാറ്റി വരച്ച് അദ്ദേഹം പുസ്തകങ്ങൾ നിറച്ചു. ആ നോട്ടുപുസ്തകങ്ങളുമായി അദ്ദേഹം തന്നിലേക്കൊതുങ്ങി ജീവിച്ചു. ദാരിദ്ര്യവും ഏകാന്തതയുമായിരുന്നു അദ്ദേഹത്തിന്റെ അന്ത്യദിനങ്ങളിലെ കൂട്ടാളികൾ. 1871-ൽ ആ പ്രതിഭാശാലി അന്തരിച്ചു. അപ്പോഴും അദ്ദേഹത്തിന്റെ പണിശാലയിൽ നിറയെ അപൂർണമായ ഒരു യന്ത്രത്തിന്റെ വിവിധ ഭാഗങ്ങളുണ്ടായിരുന്നു.

ബാബേജ് ഓർമയായിട്ട് ഒരു നൂറ്റാണ്ടിലധികമായി. ഇന്ന് കൊച്ചുകുട്ടികൾക്കുപോലും കളിക്കോപ്പുകളെക്കാൾ പരിചിതമാണ് കമ്പ്യൂട്ടറുകൾ. അടുത്ത തവണ കമ്പ്യൂട്ടർ തുറക്കുമ്പോൾ കാലത്തിനു മുൻപേ നടന്ന ആ മഹാപുരുഷനെ ഒരു നിമിഷം ഓർക്കുക.

6

ജോസഫ് ലിസ്റ്റർ (1827–1912)

പത്തൊൻപതാം നൂറ്റാണ്ടിന്റെ അവസാനഘട്ടം വരെ മനുഷ്യന്റെ വലിയ പേടിസ്വപ്നമായിരുന്നു അണുബാധ. ചെറിയ ചെറിയ മുറിവുകൾ പോലും പഴുപ്പുകയറി മാരകമാവുന്ന അവസ്ഥ. ജീവൻ രക്ഷിക്കാൻ സഹായിക്കുന്ന ശസ്ത്രക്രിയകൾ നിമിത്തമുണ്ടാവുന്ന മുറിവുകൾ മരണത്തിലേക്ക് നയിക്കുന്ന ദുരന്താനുഭവങ്ങൾക്കു ഭിഷഗ്വരന്മാർ സാക്ഷിയാവേണ്ടി വന്നു. ഈ സ്ഥിതിക്ക് ഒരു മാറ്റം വരുത്തി, രോഗികൾക്ക് മര

ണഭയമില്ലാതെ ശസ്ത്രക്രിയാമുറിയെ സമീപിക്കാവുന്ന ഒരവസ്ഥ സൃഷ്ടിക്കുന്നതിൽ മുഖ്യപങ്ക് വഹിച്ച ശാസ്ത്രജ്ഞനാണ് ജോസഫ് ലിസ്റ്റർ എന്ന ഇംഗ്ലീഷുകാരൻ.

1827 ഏപ്രിൽ അഞ്ചിനാണ് ഇംഗ്ലണ്ടിലെ എസ്സക്സിൽ ജോസഫ് ലിസ്റ്റർ ജനിച്ചത്. അദ്ദേഹത്തിന്റെ പിതാവ് ധനികനായ ഒരു വ്യാപാരിയായിരുന്നു. കച്ചവടക്കാരനാണെങ്കിലും ലിസ്റ്ററുടെ പിതാവ് സയൻസിൽ വളരെയധികം താൽപ്പര്യമുള്ളയാളായിരുന്നു. മൈക്രോസ്കോപ്പ് പരിഷ്കരിക്കുവാൻ ചില ശ്രമങ്ങളും അദ്ദേഹം നടത്തിയിരുന്നു. പിതാവിന്റെ ഈ ശാസ്ത്രതാൽപ്പര്യം മകനും പകർന്നുകിട്ടി.

വിദ്യാലയത്തിൽ ജന്തുശാസ്ത്രമായിരുന്നു ലിസ്റ്ററിന്റെ ഇഷ്ടവിഷയം. തവള, മത്സ്യം തുടങ്ങിയ ജീവികളെ പിടിച്ചു കീറിമുറിച്ചു പരിശോധിക്കുന്നത് ആ ബാലന്റെ ഒരു വിനോദമായിരുന്നു. സ്കൂളിൽ പഠിക്കുമ്പോൾത്തന്നെ ഒരു ഡോക്ടറാവുക എന്നൊരു മോഹവും ലിസ്റ്റർ കൊണ്ടുനടന്നിരുന്നു. ആഗ്രഹിച്ചതുപോലെ തന്നെ 1853-ൽ ജോസഫ് ലിസ്റ്റർ വൈദ്യശാസ്ത്രത്തിൽ ബിരുദമെടുത്തു.

എഡിൻബറോയിൽ അന്ന് ഏറ്റവും അറിയപ്പെട്ടിരുന്ന സർജറി വിദഗ്ധനായിരുന്നു ജെയിംസ് സൈം. അദ്ദേഹത്തിന്റെ കീഴിലാണ് ലിസ്റ്റർ പ്രാക്റ്റീസ് തുടങ്ങിയത്. താമസിയാതെ സൈമിന്റെ മകൾ ആഗ്നസിനെ അദ്ദേഹം വിവാഹം ചെയ്തു. ഈ വിവാഹം ലിസ്റ്ററിന്റെ ജീവിതത്തിൽത്തന്നെ ഒരു വഴിത്തിരിവായി. ശാസ്ത്രത്തിൽ വളരെ തൽപ്പരയായിരുന്ന ആഗ്നസ് ഗവേഷണങ്ങളിൽ ഭർത്താവിനെ സഹായിച്ചു. ഒരു ഫ്രഞ്ചുഭാഷാ വിദഗ്ധ കൂടിയായിരുന്നു ആഗ്നസ്. ലൂയിപാസ്റ്ററുടെ ശാസ്ത്രലേഖനങ്ങൾ ഫ്രഞ്ചിൽ നിന്നും പരിഭാഷപ്പെടുത്തി, അവർ ലിസ്റ്ററിനു നൽകി. അങ്ങനെയാണ് പാസ്റ്ററുടെ പ്രസിദ്ധമായ 'രോഗാണുസിദ്ധാന്ത'വുമായി ജോസഫ് ലിസ്റ്റർ പരിചയപ്പെട്ടത്.

പാസ്റ്ററുടെ കണ്ടുപിടിത്തം വൈദ്യശാസ്ത്രത്തിൽ ഒരു വഴിത്തിരിവായിരുന്നു എന്ന് നേരത്തേ പറഞ്ഞല്ലോ. പല രോഗങ്ങൾക്കും കാരണം രോഗാണുക്കളാണെന്ന് പാസ്റ്റർ കണ്ടെത്തി. അഴുകലിനും കാരണം ജീവനുള്ള സൂക്ഷ്മാണുക്കളാണെന്നും അദ്ദേഹം പറഞ്ഞു. അങ്ങനെയാണെങ്കിൽ ഈ സൂക്ഷ്മജീവികളുടെ വളർച്ച തടയാനോ, അവയെ നശിപ്പിക്കാനോ പറ്റിയ രാസവസ്തുക്കൾ ഉപയോഗിച്ചാൽ ഈ പ്രവർത്തനങ്ങൾ തടയാൻ കഴിയേണ്ടതല്ലേ? ഇങ്ങനെ പോയി ലിസ്റ്ററുടെ ചിന്ത. അതിനു പറ്റിയ ഒരു രാസവസ്തു കണ്ടുപിടിക്കാനുള്ള ശ്രമത്തിൽ അദ്ദേഹം മുഴുകി. ഈ അന്വേഷണം അദ്ദേഹത്തെ എത്തിച്ചത് കാർബോളിക് ആസിഡ് അഥവാ ഫിനോളിലാണ്. അണുബാധയില്ലാത്ത ശസ്ത്രക്രിയകളുടെ യുഗം അതോടെ വരവായി.

ശസ്ത്രക്രിയയ്ക്കു മുൻപായി കാർബോളിക് അമ്ലം തളിച്ച് രോഗിയുടെ ചുറ്റുമുള്ള അണുക്കളെ നശിപ്പിക്കാമെന്ന് അദ്ദേഹം കണ്ടെത്തി. ശസ്ത്രക്രിയാ ഉപകരണങ്ങൾ, കത്തികൾ എന്നിവ കാർബോളിക് ആസി

ഡിൽ മുക്കിവെച്ച ശേഷം ഉപയോഗിക്കുക. ഇതായിരുന്നു അദ്ദേഹത്തിന്റെ മറ്റൊരു നിർദേശം. ഫിനോൾ ലായനിയിൽ കൈകൾ കഴുകിയ ശേഷം മാത്രം ഓപ്പറേറ്റ് ചെയ്യുക, രോഗിയുടെ മുറിവുകൾ ഇത്തരം ലായനികൾ ഉപയോഗിച്ചു കഴുകുക, വൃത്തിയാക്കിയ മുറിവിൽ ഫിനോൾ ലായനിയിൽ മുക്കിയ പഞ്ഞിവച്ച് ഡ്രസ്സ് ചെയ്യുക തുടങ്ങിയ കാര്യങ്ങളും അദ്ദേഹം നടപ്പിലാക്കി. ഇതിന്റെയൊക്കെ ഫലമായി ഓപ്പറേഷൻ തീയേറ്ററുകളിലെ മരണനിരക്കു ഗണ്യമായി കുറഞ്ഞു.

രോഗാണുനാശക വസ്തുക്കൾ ഉപയോഗിക്കുന്നതിനു പുറമെ ആശുപത്രികളിൽ ഏറ്റവുമധികം ശുചിത്വം പാലിക്കേണ്ടതിന്റെ ആവശ്യകതയെക്കുറിച്ചും ജോസഫ് ലിസ്റ്റർ ജനങ്ങളെ ബോധവാന്മാരാക്കി. ഇന്നത്തെ ആശുപത്രികളിലെ വൃത്തിയും വെടിപ്പുമുള്ള അന്തരീക്ഷം, വൃത്തിയുള്ള വസ്ത്രം ധരിച്ച ഡോക്ടർമാരും നഴ്സുമാരും, വെട്ടിത്തിളങ്ങുന്ന ശസ്ത്രക്രിയോപകരണങ്ങൾ, ഇവയ്ക്കെല്ലാം നമ്മൾ ഡോക്ടർ ജോസഫ് ലിസ്റ്ററോട് കടപ്പെട്ടിരിക്കുന്നു.

ലിസ്റ്ററുടെ പരിഷ്കാരമെല്ലാം അന്നത്തെ വൈദ്യശാസ്ത്രലോകം കണ്ണുമടച്ച് സ്വീകരിച്ചു എന്നു കരുതുന്നുണ്ടോ? എങ്കിൽ തെറ്റി. യാഥാസ്ഥിതികരായ ഡോക്ടർമാർ അദ്ദേഹത്തെ കഠിനമായി എതിർത്തു. പക്ഷേ, അദ്ദേഹം എല്ലാ എതിർപ്പുകളെയും സധൈര്യം നേരിട്ടു. മുറിവുകൾ തുന്നിക്കെട്ടാൻ ഉപയോഗിക്കുന്ന നൂലുകളെക്കുറിച്ചും അദ്ദേഹം വളരെയേറെ ഗവേഷണങ്ങൾ നടത്തുകയുണ്ടായി. ഏതായാലും രോഗികൾക്ക് ഗുണകരമാവുന്നു എന്ന് തെളിഞ്ഞതോടെ ആദ്യം എതിർത്തവരും ലിസ്റ്ററുടെ രീതികൾ സ്വീകരിക്കാൻ തയാറായി.

നിരവധി ബഹുമതികളും അംഗീകാരങ്ങളും ലിസ്റ്ററെ തേടിയെത്തി. വിക്ടോറിയാ രാജ്ഞിയെ ചികിത്സിക്കുവാനുള്ള അവസരവും അദ്ദേഹത്തിന് ലഭിക്കുകയുണ്ടായി. രാജ്ഞി അദ്ദേഹത്തെ പ്രഭുസഭയിൽ അംഗത്വം നൽകി ആദരിച്ചു. 1896-ൽ ജോസഫ് ലിസ്റ്റർ പ്രാക്ടീസ് നിർത്തി. എങ്കിലും അവസാനം വരെ മറ്റു ഡോക്ടർമാർക്ക് ഉപദേശം നൽകാൻ അദ്ദേഹം സന്നദ്ധനായിരുന്നു. 1912-ൽ ഈ മഹാഭിഷഗ്വരൻ ഇഹലോകവാസം വെടിഞ്ഞു.

അനേകരെ മരണത്തിൽ നിന്നും ജീവിതത്തിലേക്ക് തിരിച്ചു കൊണ്ടുവന്ന വ്യക്തി എന്ന നിലയിൽ ജോസഫ് ലിസ്റ്ററോട് മാനവസമൂഹമാകെ കടപ്പെട്ടിരിക്കുന്നു.

7

ജെയിംസ് ക്ലാർക്ക് മാക്സ്‌വെൽ (1831–1879)

പത്തൊൻപതാം നൂറ്റാണ്ടിന്റെ പകുതിവരെയും ഭൗതികശാസ്ത്രത്തെ സംബന്ധിച്ചിടത്തോളം ചലനത്തിന്റെ അവസാന വാക്ക് ന്യൂട്ടോണിയൻ സിദ്ധാന്തങ്ങളായിരുന്നു. റേഡിയോആക്ടീവതയുടെ കണ്ടുപിടിത്തത്തോടെ ഭൗതികശാസ്ത്രത്തിൽ പുതിയ കാലഘട്ടം തുടങ്ങുകയായി. തന്മാത്രാതലത്തിലുള്ള ചലനങ്ങൾ കണ്ടെത്തുകയും വൈദ്യുതകാന്തിക പ്രതിഭാസങ്ങളെക്കുറിച്ച് പുതിയ അറിവുകൾ ലഭിക്കുകയും ചെയ്തതോടെ ഈ ഘട്ടം സംഭവബഹുലമായി. കെൽവിൻ

പ്രഭുവിനെപ്പോലുള്ള യാഥാസ്ഥിതികർക്ക് ഉൾക്കൊള്ളാനാവാത്ത ഈ പുതിയ ആശയലോകത്തിലെ അതികായന്മാരിലൊരാളായിരുന്നു ജെയിംസ് ക്ലാർക്ക് മാക്സ്‌വെൽ. വിദ്യുത് കാന്തിക സിദ്ധാന്തത്തിന്റെയും തന്മാത്രാഗതിക സിദ്ധാന്തത്തിന്റെയും ഉപജ്ഞാതാവ് എന്ന നിലയിലാണ് അദ്ദേഹം എന്നും സ്മരിക്കപ്പെടുന്നത്.

1831 ജൂൺ 13-ന് എഡിൻബറോയിലെ ഒരു സ്കോട്ടിഷ് കുടുംബത്തിലാണ് മാക്സ്‌വെൽ ജനിച്ചത്. ഒൻപതാമത്തെ വയസിൽ അമ്മ നഷ്ടപ്പെട്ട ആ ബാലന് സഹോദരങ്ങളാരുമുമുണ്ടായിരുന്നില്ല. ബാല്യത്തിലെ ഏകാന്തത പഠനത്തിൽ കൂടുതൽ ശ്രദ്ധ കേന്ദ്രീകരിക്കുന്നതിനു കാരണമായി.

ചെറുപ്പത്തിൽത്തന്നെ മാക്സ്‌വെൽ കണക്കിൽ അസാമാന്യമായ പ്രതിഭ പ്രകടിപ്പിച്ചിരുന്നു. ദീർഘവൃത്തം വരയ്ക്കുന്നതിനുള്ള ഒരു പുതിയ രീതി കണ്ടെത്തിയത് കേവലം പതിനഞ്ചാം വയസിലാണ്. അതെക്കുറിച്ച് ഒരു പ്രബന്ധം തയാറാക്കി റോയൽ സൊസൈറ്റിക്ക് അയച്ചു കൊടുക്കുകയും ചെയ്തു. ആ പ്രബന്ധത്തിന്റെ മൗലികത സൊസൈറ്റിയിലുള്ളവരെ അത്ഭുതപ്പെടുത്തി. കാരണം അത് തയാറാക്കിയത് ഒരു സ്കൂൾ വിദ്യാർഥിയായിരുന്നല്ലോ. ഇന്നും ദീർഘവൃത്തം വരയ്ക്കുന്നതിന് ഈ രീതിയാണ് ഉപയോഗിച്ചുവരുന്നത്.

എഡിൻബറോയിലെ സ്കൂൾ വിദ്യാഭ്യാസത്തിനുശേഷം മാക്സ്‌വെൽ കേംബ്രിഡ്ജിൽ ബിരുദ പഠനത്തിനായി ചേർന്നു. ഗണിതമായിരുന്നു പ്രധാന വിഷയം. ബിരുദം നേടിയത് ക്ലാസിലെ രണ്ടാമനായാണ്. 1856-ൽ അബാർഡിൻ സർവകലാശാലയിൽ പ്രൊഫസറായി ജോലിയിൽ പ്രവേശിച്ചു.

ഡാൽട്ടന്റെ അറ്റോമിക സിദ്ധാന്തത്തിന് അൻപത് വയസ്സ് തികയാൻ പോവുന്ന സമയത്താണ് മാക്സ്‌വെൽ വാതകങ്ങളുടെ തന്മാത്രാഘടനയെക്കുറിച്ചുള്ള തന്റെ പഠനം തുടങ്ങുന്നത്. ഗണിതത്തിലുള്ള തന്റെ കഴിവുകളാണ് അദ്ദേഹം ഇതിനായി ഉപയോഗിച്ചത്. വാതകങ്ങളുടെ ഗുണധർമങ്ങളെ തന്മാത്രാ സിദ്ധാന്തത്തിന്റെ അടിസ്ഥാനത്തിൽ വിശദീകരിക്കാനായിരുന്നു അദ്ദേഹത്തിന്റെ ശ്രമം.

ഒരു വാതകത്തിലെ തന്മാത്രകളെല്ലാം എല്ലാ ദിശകളിലേക്കും ചലിച്ചുകൊണ്ടിരിക്കുകയാണ്. ഒരേ വേഗത്തിലല്ല അവ ചലിക്കുന്നത്. ഇങ്ങനെ ചലിക്കുമ്പോൾ പരസ്പരം കൂട്ടിയിടിക്കുമല്ലോ. മാത്രമല്ല, അത് ഉൾക്കൊള്ളുന്ന പാത്രത്തിന്റെ വശങ്ങളിലും കൂട്ടിയിടിച്ചുകൊണ്ടിരിക്കും. ഇങ്ങനെയൊരവസ്ഥയാണ് വാതകങ്ങളെക്കുറിച്ച് മാക്സ്‌വെൽ സങ്കൽപ്പിച്ചത്. മാത്രമല്ല, ഈ കൂട്ടിമുട്ടലുകളെല്ലാം ഇലാസ്തിക സംഘട്ടനങ്ങളായിരിക്കുമെന്നും അദ്ദേഹം കരുതി. ഇലാസ്തിക സംഘട്ടനത്തിൽ കണങ്ങളുടെ ഗതികോർജത്തിൽ മാറ്റം വരുന്നില്ല. ഇതേ വിഷയത്തിൽ ഗവേഷണം നടത്തുന്ന ബോൾട്ട്സ്മാനുമായി ചേർന്ന് വാതകങ്ങളുടെ ഗതിക

സിദ്ധാന്തത്തിന് (kinetic theory of gases) രൂപം കൊടുത്തു. ബോൾട്ട്സ് മാൻ–മാക്സ്വെൽ സാംഖികം എന്നൊരു ശാസ്ത്രശാഖ തന്നെ ഇതിൽ നിന്നും പിറവികൊണ്ടു.

നേരത്തേ പ്രസ്താവിച്ചതുപോലെ ഒരേ താപനിലയിൽ സ്ഥിതി ചെയ്യുന്ന ഒരു വാതകത്തിലെ എല്ലാതന്മാത്രകളും ഒരേ വേഗത്തിലല്ല സഞ്ചരിക്കുന്നത്. വളരെ കുറഞ്ഞതും വളരെ കൂടിയതുമായ വേഗതകൾ സാധ്യമാണെന്ന് മാക്സ്വെൽ തന്റെ ഗണിത സമീകരണങ്ങൾ വഴി തെളിയിച്ചു. എന്നാൽ ഭൂരിഭാഗം തന്മാത്രകൾക്കും വളരെ കൂടിയതിന്റെയും വളരെ കുറഞ്ഞതിന്റെയും ഇടയിലുള്ള ഒരു പ്രവേഗമാണ് ഉണ്ടാവുക. താപനില വർധിക്കുമ്പോൾ തന്മാത്രകളുടെ ശരാശരിപ്രവേഗവും വർധിക്കുന്നു. വാതകങ്ങളുടെ താപനില, മർദം, താപോർജം എന്നിവയെല്ലാം തന്മാത്രാചലനവും ബന്ധപ്പെടുത്തി വിശദീകരിക്കാൻ കഴിയുന്നു എന്നതാണ് ഈ സിദ്ധാന്തത്തിന്റെ ഏറ്റവും വലിയ പ്രത്യേകത.

മൈക്കൽ ഫാരഡെയെ ഓർക്കുന്നുണ്ടല്ലോ. വൈദ്യുതിയും കാന്തികതയും തമ്മിലുള്ള പരസ്പരബന്ധം കണ്ടെത്തിയത് അദ്ദേഹമാണ്. വൈദ്യുതകാന്തിക ബലരേഖകളെക്കുറിച്ചും ആദ്യമായി പറഞ്ഞത് ഫാരഡെയാണ്. അദ്ദേഹത്തിനു ശേഷം ഈ ആശയം വികസിപ്പിക്കുകയും വൈദ്യുതിയുടെയും കാന്തികതയുടെയും പരസ്പരബന്ധവും സ്വഭാവലക്ഷണങ്ങളും വിശദീകരിക്കുന്ന സിദ്ധാന്തം ഗണിതശാസ്ത്രപരമായി ആവിഷ്കരിക്കുകയും ചെയ്തത് മാക്സ്വെൽ ആണ്. 1865–73 കാലത്താണ് അദ്ദേഹം ഈ നേട്ടങ്ങൾ കൈവരിച്ചത്.

വൈദ്യുതകാന്തിക സിദ്ധാന്തത്തിന്റെ ആവിർഭാവത്തോടെ വൈദ്യുതിയും കാന്തികതയും സ്വതന്ത്രമായ രണ്ട് വസ്തുതകളല്ലെന്നും ഒരേ പ്രതിഭാസത്തിന്റെ രണ്ട് വിഭിന്നമുഖങ്ങളാണെന്നും തെളിഞ്ഞു. കമ്പനം ചെയ്യുന്ന ചാർജ് നിമിത്തമുണ്ടാവുന്ന വിദ്യുത്കാന്തിക ക്ഷേത്രങ്ങൾ വസ്തുവിൽ നിന്ന് അകലേക്ക് പ്രസരിക്കുന്നുവെന്നും മാക്സ്വെൽ കണ്ടെത്തി. ഈ പ്രസരണത്തിന്റെ വേഗത പ്രകാശത്തിന്റെ പ്രവേഗത്തിന് തുല്യമാണെന്നും കണ്ടു. ഇതാണ് വൈദ്യുതകാന്തിക തരംഗങ്ങൾ. പ്രകാശവും വൈദ്യുതകാന്തിക തരംഗങ്ങളാണെന്ന് പ്രഖ്യാപിച്ചതും മാക്സ്വെൽ തന്നെ. കാരണം ചാർജിത കണങ്ങളുടെ ദോലനം വഴിയാണ് പ്രകാശവും പ്രസരിക്കുന്നത്. ചാർജിത കണങ്ങൾക്ക് ഏത് ആവൃത്തിയിലും കമ്പനം ചെയ്യാൻ കഴിയുന്നതുകൊണ്ട് ദൃശ്യപ്രകാശത്തേക്കാൾ കൂടിയതും കുറഞ്ഞതുമായ ആവൃത്തിയിലുള്ള എല്ലാ വൈദ്യുതകാന്തിക തരംഗങ്ങളുമുണ്ടായിരിക്കുമെന്നും മാക്സ്വെൽ പ്രവചിച്ചു.

വൈദ്യുതകാന്തിക തരംഗസിദ്ധാന്തം ഗണിതപരമായി ശരിയായിരുന്നെങ്കിലും അതിന്റെ വിശദീകരണത്തിൽ മാക്സ്വെലിന് തെറ്റുപറ്റി. പ്രപഞ്ചം മുഴുവൻ നിറഞ്ഞു നിൽക്കുന്ന ഈഥർ എന്ന മാധ്യമത്തിലൂടെയാണ് ഈ തരംഗങ്ങൾ പ്രസരിക്കുന്നതെന്ന് അദ്ദേഹം പ്രസ്താവിച്ചു. മാക്സ്വെല്ലിന്റെ മരണശേഷം മൈക്കൾസൺ എന്ന ഭൗതിക ശാസ്ത്ര

ജ്ഞനാണ് ആദ്യമായി ഈഥർ എന്ന സങ്കൽപ്പത്തെ ചോദ്യം ചെയ്തത്. ഈഥറിനെചുറ്റിപ്പറ്റിയുള്ള അന്വേഷണം എങ്ങനെ ഐൻസ്റ്റീന്റെ ആപേക്ഷികതാ സിദ്ധാന്തത്തിലെത്തി എന്ന് തുടർന്നു വരുന്ന അധ്യായങ്ങളിൽ കാണാം. വൈദ്യുതകാന്തിക സിദ്ധാന്തത്തിന്റെ ഗണിതരൂപം ഇപ്പോഴും ചോദ്യം ചെയ്യപ്പെടാതെ തുടരുന്നു.

പ്രകാശത്തിന്റെ ലോകവും മാക്സ്‌വെലിന് വളരെ പ്രിയപ്പെട്ടതായിരുന്നു. മനുഷ്യനു നിറങ്ങൾ കാണാനുള്ള കഴിവിനെക്കുറിച്ചും കഴിവുകേടിനെക്കുറിച്ചും അദ്ദേഹം പഠനങ്ങൾ നടത്തി. വർണാന്ധതയെക്കുറിച്ച് അദ്ദേഹം നടത്തിയ നിരീക്ഷണങ്ങൾ വളരെയേറെ ശ്രദ്ധിക്കപ്പെട്ടു. ചില വ്യക്തികൾക്ക് ചില പ്രത്യേക നിറങ്ങൾ കാണാൻ കഴിവില്ലാതാവുന്ന അവസ്ഥയാണ് വർണാന്ധത. ഇതിന് കാരണം കണ്ണിലെ പ്രകാശഗ്രാഹീകോശങ്ങളുടെ തകരാറാണെന്ന് അദ്ദേഹം പറഞ്ഞു. പ്രാഥമിക നിറങ്ങളായ ചുവപ്പ്, പച്ച, നീല എന്നിവ കൂട്ടിച്ചേർത്ത് മറ്റ് നിറങ്ങൾ ഉണ്ടാക്കാമെന്ന് അദ്ദേഹം കാണിച്ചു. 1861–ൽ കളർ ഫോട്ടോഗ്രാഫിക്കു തുടക്കം കുറിച്ചതും അദ്ദേഹമാണ്.

1879 നവംബർ അഞ്ചിന് കേംബ്രിഡ്ജിൽ വച്ച് മാക്സ്‌വെൽ നിര്യാതനായി. അദ്ദേഹം പാതിവഴിയിൽ നിർത്തിയ പഠനം പിന്നീട് തുടർന്നത് ഹെൻറിച്ച് റുഡോൾഫ് ഹെർട്ട്സ് എന്ന ജർമൻ ഭൗതികശാസ്ത്രജ്ഞനാണ്. മാക്സ്‌വെൽ പ്രവചിച്ച വൈദ്യുതകാന്തിക തരംഗങ്ങളെ കണ്ടെത്താൻ ഭാഗ്യമുണ്ടായതു ഹെർട്ട്സിനാണ്. തുടർന്ന് പ്രകാശത്തിലും ഈ തരംഗങ്ങളുടെ സാന്നിധ്യം തെളിയിക്കപ്പെട്ടു. വാർത്താവിനിമയരംഗത്ത് ഈ തരംഗങ്ങൾ പ്രായോഗികമാക്കിയത് ഇറ്റലിക്കാരനായ മാർക്കോണിയാണ്. തുടർന്ന് ഇവ റേഡിയോതരംഗങ്ങൾ എന്നറിയപ്പെടാൻ തുടങ്ങി. വയർലെസ് ടെലഗ്രാഫി, റേഡിയോ, ടെലഫോൺ എന്നിങ്ങനെ ഇരുപതാം നൂറ്റാണ്ടിനെ സമ്പന്നമാക്കിയ കണ്ടുപിടിത്തങ്ങൾക്കെല്ലാം വഴി തെളിച്ചത് മാക്സ്‌വെല്ലിന്റെ സിദ്ധാന്തങ്ങളാണ്.

8

റോബർട്ട് കോഷ് (1843–1910)

പകർച്ചവ്യാധികളിൽ നിന്നും മാനവരാശിയെ മോചിപ്പിക്കാൻ സ്വന്തം ജീവിതകാലം മുഴുവൻ അധ്വാനിച്ച റോബർട്ട് കോഷിന്റെ സ്ഥാനം, ശാസ്ത്രചരിത്രത്തിൽ ലൂയിപാസ്റ്റർക്ക് ഒട്ടും താഴെയല്ല. ആന്ത്രാക്സ്, ക്ഷയം, കോളറ, പ്ലേഗ് എന്നീ മാരകരോഗങ്ങൾക്കു കാരണമാവുന്ന ബാക്ടീരിയകളെ കണ്ടെത്തിയ കോഷാണ് ബാക്ടീരിയോളജി എന്ന ജീവശാസ്ത്രശാഖയ്ക്ക് അടിത്തറപാകിയത്.

ജർമനിയിലെ ക്ലോസ്താൽ എന്ന ചെറുനഗരത്തിലായിരുന്നു 1843ൽ റോബർട്ട് കോഷ് ജനിച്ചത്. പിതാവ് ഒരു ഖനി ഉദ്യോഗസ്ഥൻ. ജീവശാസ്ത്രത്തിൽ ഉജ്ജ്വലമായ സംഭാവനകൾ നൽകിയ ലൂയി പാസ്റ്റർ, റുഡോൾഫ് വിർഷോ തുടങ്ങിയ പ്രതിഭകൾ ജീവിച്ചിരുന്ന കാലഘട്ടമായിരുന്നു പത്തൊൻപതാം നൂറ്റാണ്ടിന്റെ രണ്ടാം പകുതിയെന്ന് നാമോർക്കണം. റോബർട്ട് കോഷ് ഒരു ശാസ്ത്രവിദ്യാർഥിയായി ഗോട്ടിൻജൻ സർവകലാശാലയിൽ ചെല്ലുന്ന സമയത്ത് പ്രശസ്ത രസതന്ത്രജ്ഞനായ വോയ്ലറും ശരീരശാസ്ത്രജ്ഞനായ ഫെഡറിക് ഹെൻലെയും അവിടെ അധ്യാപകരായിരുന്നു. പഠനത്തിൽ ശരാശരിയിൽ നിന്നും അധികം ഉയർന്നു നിൽക്കാത്ത ആ വിദ്യാർഥിയെ പകർച്ചവ്യാധികളെക്കുറിച്ചുള്ള ഹെൻലെയുടെ സിദ്ധാന്തം ഹഠാദാകർഷിച്ചു. ഏതു പകർച്ചവ്യാധിക്കും നിഗൂഢമായൊരു കാരണക്കാരനുണ്ടാവുമെന്നായിരുന്നു ഹെൻലെയുടെ അനുമാനം. ഏതാണ്ട് ഇതേ സമയത്ത് തന്നെയാണ് ലൂയി പാസ്റ്ററും സൂക്ഷ്മജീവികളെക്കുറിച്ചു തന്റെ പ്രശസ്തമായ കണ്ടുപിടിത്തങ്ങൾ നടത്തിയത്.

ഹെൻലെ എന്ന അധ്യാപകന്റെ സ്വാധീനം നിമിത്തമായിരിക്കാം വൈദ്യവിദ്യാഭ്യാസത്തിനുശേഷം കോഷ്, രോഗകാരികളായ നിഗൂഢശക്തികളെത്തേടി പുറപ്പെട്ടത്.

അൽപ്പകാലത്തെ പട്ടാളസേവനത്തിനു ശേഷം തന്റെ മുപ്പതാം വയസിൽ റോബർട്ട് കോഷ് ബ്രെസ്ലോ എന്ന ചെറുഗ്രാമത്തിൽ മെഡിക്കൽ ഓഫീസറായി ജോലിസ്വീകരിച്ചു. ഈ കാലത്താണ് അദ്ദേഹം പ്രശസ്തമായ തന്റെ ഗവേഷണങ്ങൾ നടത്തിയത്.

തന്റെ ഗവേഷണത്തിൽ കോഷ് നേരിട്ട പ്രധാന പരിമിതികളിലൊന്ന് തനിക്ക് ഈ രംഗത്തുള്ള പരിചയക്കുറവ് തന്നെ. ജീവിതം ഉൾനാട്ടിലായതിനാൽ മികച്ച ഗവേഷണാലയങ്ങളുമായോ, ഈ മേഖലയിൽ പ്രവർത്തിക്കുന്നമറ്റുള്ളവരുമായോ ബന്ധപ്പെടുന്നതിനും സൗകര്യമുണ്ടായിരുന്നില്ല. അതുകൊണ്ട് അദ്ദേഹത്തിനു സ്വയം കണ്ടെത്തിയ ഉപകരണങ്ങളുടെ സഹായത്തോടെ തന്റേതായ രീതിയിൽ പരീക്ഷണങ്ങൾ നടത്തേണ്ടിവന്നു. ഈ പരിമിതികൾ ജീവശാസ്ത്രമേഖലയ്ക്ക് അനുഗ്രഹമായിത്തീർന്നു എന്നത് പിൽക്കാലചരിത്രം.

കന്നുകാലികളിൽ കാണപ്പെടുന്നതും പിന്നീട് മനുഷ്യരിലേക്ക് പകരുന്നതുമായ ആന്ത്രാക്സ് എന്ന രോഗത്തെക്കുറിച്ചാണ് കോഷിന്റെ ആദ്യകാലഗവേഷണം. കോഷിനു മുൻപെ പോളൻഡർ, ഡാവെയ്ൻ, ഫെർഡിനാൻഡ് കോഹൻ എന്നീ ജീവശാസ്ത്രജ്ഞർ ആന്ത്രാക്സിനു കാരണമാവുന്ന രോഗാണുക്കളെക്കുറിച്ച് പഠനം നടത്തിയിരുന്നു. കോഹനുമായി സഹകരിക്കാൻ സാധിച്ചത് കോഷിനെ സംബന്ധിച്ചിടത്തോളം ഒരു ഭാഗ്യം തന്നെയായിരുന്നു. ഇരുവരും ചേർന്ന് ആന്ത്രാക്സിനു കാരണമാവുന്ന ബാക്ടീരിയയുടെ ജീവിതചക്രം കണ്ടെത്തി. ഈ സൂക്ഷ്മജീവിക്ക് സ്പോറുകൾ എന്ന രേണു കോശങ്ങളായി മാറാൻ കഴിയുമെന്നും അനു

കൂലസാഹചര്യത്തിൽ അവയിൽ നിന്നും ബാക്ടീരിയകൾ ഉണ്ടാവുന്നു എന്നതുമായിരുന്നു ഏറ്റവും ശ്രദ്ധേയമായ കണ്ടെത്തൽ. 1876–ൽ ഈ കണ്ടുപിടിത്തങ്ങൾ പ്രസിദ്ധീകൃതങ്ങളായതോടെ ശാസ്ത്രലോകത്തു കോഷ് പ്രശസ്തനായി. പിന്നീട് ആന്ത്രാക്സിനെക്കുറിച്ച് ധാരാളം ഗവേഷണം നടത്തിയ ലൂയി പാസ്റ്റർ തന്റെ പഠനങ്ങളിലൊരിടത്തും റോബർട്ട് കോഷിനോടുള്ള കടപ്പാട് രേഖപ്പെടുത്തിയിട്ടില്ല എന്നത് കോഷിനെ വളരെയധികം വേദനിപ്പിച്ചിരുന്നു എന്ന് അദ്ദേഹത്തിന്റെ ചില ജീവചരിത്രകാരന്മാർ പറയുന്നു.

നേരത്തേ പറഞ്ഞല്ലോ, ഗവേഷണങ്ങൾ തുടങ്ങിയ കാലത്ത് അദ്ദേഹത്തിന് സഹായികളാരുമുണ്ടായിരുന്നില്ലെന്ന്. ഭാര്യ എമ്മി സമ്മാനിച്ച ഒരു സൂക്ഷ്മദർശിനിയായിരുന്നു പ്രധാന ഗവേഷണോപാധി. അതുകൊണ്ടുതന്നെ അദ്ദേഹത്തിന് തനതായ ചില മാർഗങ്ങൾ കണ്ടെത്തേണ്ടിവന്നു. ഈ മാർഗങ്ങളാണ് വാസ്തവത്തിൽ ബാക്ടീരിയോളജിയെ ഒരു ഗവേഷണോന്മുഖ ശാസ്ത്രശാഖയാക്കി വളർത്തിയത്. ജീവികളുടെ ശരീരത്തിനു വെളിയിൽ ബാക്ടീരിയകളെ വളർത്തിയെടുക്കാനുള്ള ഒരു മാധ്യമം കണ്ടെത്തിയതാണ് അതിലേറ്റവും പ്രധാനം. ബാക്ടീരിയകൾക്ക് ഒഴുകിനടക്കാൻ സാധിക്കാത്ത ജെലാറ്റിൻ, അവയെ വളർത്താനുള്ള സംവർധിനി (കൾച്ചർ) ആയി ഉപയോഗിക്കാമെന്നും അദ്ദേഹം കണ്ടെത്തി. തുടർന്ന് അദ്ദേഹത്തിന്റെ സഹപ്രവർത്തകനായ പെട്രി, ഒരു പരന്ന പാത്രത്തിൽ അഗർ മാധ്യമമാക്കി ബാക്ടീരിയകളെ വളർത്തുന്ന രീതി ആവിഷ്കരിച്ചു. ഇന്നും ഗവേഷണശാലകളിൽ ഈ രീതി ഉപയോഗിക്കുന്നു. രാസവസ്തുക്കളുപയോഗിച്ചു ബാക്ടീരിയാകോശങ്ങൾക്കു ചായം കൊടുക്കുന്ന രീതിയും കോഷാണ് കണ്ടെത്തിയത്. ബാക്ടീരിയകളുടെ വ്യക്തമായ ചിത്രം ലഭിക്കാനും വേർതിരിച്ചെടുക്കാനും ഈ സാങ്കേതികവിദ്യകൾ സഹായിച്ചു.

1880–ൽ ബെർലിനിലെ പ്രശസ്തമായ ഇംപീരിയൽ ഹെൽത്ത് ഓഫീസിൽ കോഷ് നിയമിതനായി. ഇതോടെ മെച്ചപ്പെട്ട ഗവേഷണശാലയും കഴിവുറ്റ സഹായികളെയും അദ്ദേഹത്തിനു ലഭിച്ചു.

അക്കാലത്ത് യൂറോപ്പിനെ അലട്ടിയിരുന്ന ഒരു മാറാരോഗമായിരുന്നു ക്ഷയം. 1865–ൽ ഫ്രഞ്ചു പട്ടാള ഡോക്ടറായിരുന്ന ജീൻ വിൽമാൻ ക്ഷയരോഗം മനുഷ്യരിൽനിന്ന് കന്നുകാലികൾക്കും തിരിച്ചും പകരുമെന്ന് കണ്ടെത്തി. ഒരു പ്രത്യേക സൂക്ഷ്മജീവിയാണ് ഇതിന് പിന്നിലെന്നും അദ്ദേഹം പറഞ്ഞു. റോബർട്ട് കോഷ് ഒരു കുറ്റാന്വേഷകന്റെ ജാഗ്രതയോടെ ഈ രോഗാണുവിനെത്തേടി പുറപ്പെട്ടു.

തന്റെ ചായം കൊടുക്കൽ വിദ്യയിലൂടെ ക്ഷയരോഗാണുവിന്റെ വ്യക്തമായ രൂപം അദ്ദേഹം കണ്ടെത്തി. ഈ സൂക്ഷ്മാണുവിന് സവിശേഷതകളുള്ള ഒരു കവചമുണ്ടെന്നും ക്ഷയരോഗാണുവിനും കുഷ്ഠരോഗാണുവിനും തമ്മിൽ വളരെയധികം സാമ്യതകളുണ്ടെന്നും അദ്ദേ

ഹത്തിന് മനസിലാക്കാൻ കഴിഞ്ഞു. ഇത്തരം ബാക്ടീരിയകൾക്ക് ട്യൂബർക്ക്ൾ ബാസിലസ് എന്ന് പേരു കൊടുത്തതും അദ്ദേഹമാണ്.

ക്ഷയരോഗാണുവിനെ സ്വതന്ത്രമായി വളർത്തിയെടുക്കാനായിരുന്നു അദ്ദേഹത്തിന്റെ അടുത്തശ്രമം. ആന്ത്രാക്സിന്റെ രോഗകാരിയെ അപേക്ഷിച്ച് സാവധാനത്തിൽ വളരുന്നതായതിനാൽ സംഗതി എളുപ്പമായിരുന്നില്ല. എങ്കിലും കോഷ് പിൻമാറിയില്ല. ക്ഷയരോഗകാരിയായ ബാക്ടീരിയയെ വേർതിരിച്ചെടുക്കാനും ഇവ കുത്തിവച്ച ഗിനിപന്നികൾക്ക് രോഗബാധയുണ്ടാവുന്നുവെന്ന് തെളിയിക്കാനും അദ്ദേഹത്തിന് സാധിച്ചു.

1882 മാർച്ച് 24-ാം തീയതി ബെർലിനിലെ ഫിസിയോളജിക്കൽ സൊസൈറ്റിയിൽ ചേർന്ന യോഗത്തിൽ വച്ച് റോബർട്ട് കോഷ് തന്റെ കണ്ടുപിടിത്തങ്ങൾ വിശദീകരിച്ചത് ശാസ്ത്രലോകം അവിശ്വസനീയതയോടെയും വിസ്മയത്തോടെയുമാണ് കേട്ടത്. ആ മഹാനായ ശാസ്ത്രജ്ഞനോടുള്ള ആദരസൂചകമായി മാർച്ച് 24 ഇന്നും ലോക ക്ഷയരോഗ ദിനമായി ആചരിക്കപ്പെടുന്നു.

1882-ൽ ത്തന്നെയാണ് രോഗവും രോഗകാരിയും തമ്മിലുള്ള ബന്ധം സ്ഥാപിക്കാൻ സഹായിക്കുന്ന ചില തത്വങ്ങൾ അദ്ദേഹം ആവിഷ്കരിച്ചത്. ജീവിയും രോഗവുമായി ബന്ധപ്പെട്ടിരിക്കണം എന്നതാണ് അതിൽ ഒന്നാമത്തേത്. മാത്രമല്ല രോഗാണുവിനെ രോഗിയിൽ നിന്നും വേർതിരിച്ച് സ്വതന്ത്രമായി വളർത്തിയെടുക്കാൻ കഴിയണം. ഈ അണുക്കൾ കുത്തിവെച്ചാൽ ആരോഗ്യമുള്ള ജീവികളിൽ രോഗലക്ഷണങ്ങൾ പ്രത്യക്ഷപ്പെടണം. രണ്ടാമത്തെ ആതിഥേയ ജീവിയിൽ നിന്നു വീണ്ടും ഈ രോഗാണുവിനെ വേർതിരിച്ചെടുക്കാനും സാധിക്കണം. ശാസ്ത്രഗവേഷണമേഖല പുരോഗമിച്ചതോടെ ഈ സിദ്ധാന്തങ്ങൾക്ക് പല പരിമിതികളും ഉള്ളതായി കണ്ടെത്തിയിട്ടുണ്ട്. എങ്കിലും രോഗാണുവും രോഗവും തമ്മിലുള്ള ബന്ധം സ്ഥാപിക്കാൻ ഇന്നും ഇവയെ അടിസ്ഥാന മാനദണ്ഡമായി ഉപയോഗിക്കുന്നു.

1883-ൽ കോളറയുടെ രോഗാണുവിനേയും തേടി കോഷും സഹപ്രവർത്തകരും ഈജിപ്തിലേക്കും തുടർന്ന് ഇന്ത്യയിലേക്കും യാത്രചെയ്തു. ഈജിപ്തിൽ വച്ച് അദ്ദേഹം 'വിബ്രിയോ കോളറെ' എന്ന് ഇന്നറിയപ്പെടുന്ന കോളറയുടെ രോഗകാരിയെ വേർതിരിച്ചെടുത്തു. കൽക്കത്തയിൽ വച്ചാണ് അദ്ദേഹം, മലിനീകരിക്കപ്പെട്ട കുടിവെള്ളമാണ് കോളറാവ്യാപനത്തിന്റെ മുഖ്യഹേതുവെന്ന് സ്ഥാപിച്ചത്. ശുദ്ധമായ കുടിവെള്ളലഭ്യത ജനതയുടെ ആരോഗ്യസംരക്ഷണത്തിന് അത്യാവശ്യമാണെന്ന ബോധം ഭരണകൂടങ്ങൾക്കുണ്ടാവുന്നത് കോഷിന്റെ ഈ കണ്ടുപിടിത്തത്തിന് ശേഷമാണ്. 1884 ൽ ബർലിനിൽ തിരിച്ചെത്തിയ റോബർട്ട് കോഷ് ബർലിൻ യുണിവേഴ്സിറ്റിയിൽ, പുതിയതായി സ്ഥാപിച്ച ആരോഗ്യരക്ഷാ കേന്ദ്രത്തിന്റെ തലവനായി നിയമിക്കപ്പെട്ടു.

ക്ഷയരോഗ ചികിത്സാരംഗത്തും കോഷ് തന്റെ ശ്രദ്ധ പതിപ്പിച്ചു. പക്ഷേ, ക്ഷയരോഗത്തെ തടയാൻ ഫലപ്രദമായ ഔഷധം വികസിപ്പി

ച്ചെടുക്കാൻ അദ്ദേഹത്തിനു കഴിഞ്ഞില്ല. എങ്കിലും ക്ഷയരോഗാണുവിൽ നിന്നും അദ്ദേഹം നിർമിച്ച ട്യൂബർക്കുലിൻ എന്ന രാസവസ്തു ഇന്നും ക്ഷയരോഗാണുവിന്റെ സാന്നിധ്യം തിരിച്ചറിയാനുള്ള മെൻഡോസ് ടെസ്റ്റിൽ ഉപയോഗിക്കുന്നു.

ക്ഷയരോഗചികിത്സയ്ക്കുള്ള ഔഷധം കണ്ടെത്താൻ കഴിഞ്ഞില്ല എന്നത് ഒരു തരത്തിലും കോഷിന്റെ പ്രതിഭയ്ക്ക് മങ്ങലേൽപ്പിക്കുന്നില്ല. പകർച്ചവ്യാധികളെക്കുറിച്ച് പഠിക്കുന്നതിന് ഒരു പ്രത്യേക ഗവേഷണ കേന്ദ്രം തന്നെ ജർമൻ സർക്കാർ അദ്ദേഹത്തിന് നിർമിച്ചു നൽകി. ഈ സ്ഥാപനം പിൽക്കാലത്ത് റോബർട്ട് കോഷ് ഇൻസ്റ്റിറ്റ്യൂട്ട് എന്നാണറിയപ്പെട്ടത്. പ്രശസ്തരായ ഒട്ടനവധി ശാസ്ത്രജ്ഞരെ വളർത്തിയെടുത്തതും കോഷിന്റെ മറ്റൊരു നേട്ടമാണ്.

1905–ൽ ക്ഷയരോഗ ഗവേഷണത്തെ മുൻനിർത്തി, വൈദ്യശാസ്ത്രത്തിനുള്ള നോബൽ സമ്മാനം കോഷിന് ലഭിച്ചു. കോഷിന്റെ സഹപ്രവർത്തകനായ എമിൻ ബെറിങ്ങിനാണ് ടെറ്റനസിനും ഡിഫ്തീരിയയ്ക്കും എതിരായ പ്രതിരോധ കുത്തിവെപ്പ് ആവിഷ്കരിച്ചതിന്റെ പേരിൽ ആദ്യം (1901) നോബൽ സമ്മാനം ലഭിച്ചതെന്നത് രസാവഹമാണ്. കോഷിന്റെ കീഴിൽ ഗവേഷണമാരംഭിച്ച മറ്റൊരു മഹാപ്രതിഭയാണ് കീമോതെറാപ്പിക്കു തുടക്കമിട്ട പോൾ എർലിഖ്. 1908–ൽ ഇദ്ദേഹവും നോബൽ സമ്മാനം നേടി.

നോബൽ സമ്മാനത്തിനു പുറമെ, അനേകം ബഹുമതികൾ അദ്ദേഹത്തിന് ലഭിക്കുകയുണ്ടായി. റഷ്യ, ടർക്കി, അമേരിക്ക തുടങ്ങിയ വിദേശരാജ്യങ്ങളും അദ്ദേഹത്തിന് ബഹുമതികൾ നൽകി ആദരിച്ചു.

1893–ൽ ആദ്യ ഭാര്യയേയും മകളെയും ഉപേക്ഷിച്ച് കോഷ് ഒരു യുവനടിയെ വിവാഹം ചെയ്തു. ഇത് ജർമനിയിൽ വലിയ കോളിളക്കം സൃഷ്ടിച്ചു. പക്ഷേ, മഹാനായ ഗവേഷകൻ എന്ന കോഷിന്റെ സ്ഥാനത്തിന് അൽപ്പവും ഇളക്കം തട്ടിയില്ല. 1910 മെയ് 27–ാം തീയതി ഈ മഹാനായ ശാസ്ത്രജ്ഞൻ ഹൃദയാഘാതത്തെത്തുടർന്ന് ചരമമടഞ്ഞു.

കോഷിന്റെ ഭൗതിക സാന്നിധ്യം ലോകത്തിനു നഷ്ടമായെങ്കിലും അദ്ദേഹം ആവിഷ്കരിച്ച സിദ്ധാന്തങ്ങൾ, കാലത്തിനനുയോജ്യമായ ഭേദഗതികളോടെ ഇന്നും നിലനിൽക്കുന്നു. ജീവശാസ്ത്ര ഗവേഷണങ്ങൾ നടക്കുന്ന കാലത്തോളം കോഷിന്റെ ഓർമകളും അനശ്വരമായിരിക്കും.

9

വില്യം കോൺറാഡ് റോൺട്ജൻ (1845–1923)

എക്സ്–റേയുടെ കണ്ടുപിടിത്തം ഭൗതികശാസ്ത്രത്തിന്റെ ചരിത്രത്തിൽ ഒരു വലിയ സംഭവം തന്നെയായിരുന്നു. രോഗനിർണയത്തിന് അതൊരു പുതിയ വഴിതുറന്നു. അതോടൊപ്പം റേഡിയോ ആക്റ്റിവിറ്റി എന്ന പ്രകൃതിരഹസ്യത്തിലേക്കുള്ള ഒരു താക്കോൽപഴുതാവാനും ഈ കണ്ടുപിടിത്തത്തിനു കഴിഞ്ഞു. 1895–ൽ വില്യം കോൺറാഡ് റോൺട്ജൻ

എന്ന ജർമൻ ഭൗതികശാസ്ത്രജ്ഞനാണ് ഈ അത്ഭുതരശ്മികൾ കണ്ടെത്തിയത്.

1845 മാർച്ച് 25-ാം തീയതി ജർമനിയുടെ ഭാഗമായ പ്രഷ്യയിലാണ് റോൺട്ജൻ ജനിച്ചത്. ആ കുട്ടിക്ക് മൂന്നു വയസായപ്പോൾ കുടുംബം ഹോളണ്ടിലേക്ക് താമസം മാറ്റി. അവിടെയായിരുന്നു അദ്ദേഹത്തിന്റെ പ്രാഥമിക വിദ്യാഭ്യാസം. ക്ലാസിൽ എപ്പോഴും പ്രശ്നങ്ങൾ സൃഷ്ടിക്കുന്ന വില്യം സ്കൂളിലെ ഏറ്റവും വലിയ വികൃതി എന്ന് പെട്ടെന്ന് പേരെടുത്തു. അധ്യാപകനെ പരസ്യമായി കളിയാക്കിയതിന്റെ പേരിൽ സ്കൂളിൽ നിന്ന് പുറത്താക്കപ്പെടുന്നതുവരെ കാര്യങ്ങൾ എത്തി.

സ്വിറ്റ്സർലൻഡിലെ സൂറിച്ച് പോളിടെക്നിക്കിലായിരുന്നു പിന്നീടുള്ള പഠനം. ചേർന്നത് എഞ്ചിനീയറിങ് പഠിക്കാനായിരുന്നു. പക്ഷേ വളരെ വേഗം എഞ്ചിനീയറിങ്ങിൽ താൽപ്പര്യം നഷ്ടപ്പെട്ടു. അതേ സമയം പർവതാരോഹണം, വഞ്ചിതുഴയൽ തുടങ്ങിയ കായിക വിനോദങ്ങളിൽ മിടുക്ക് തെളിയിക്കുകയും ചെയ്തു. അറിയപ്പെടുന്ന ഭൗതികശാസ്ത്രജ്ഞനായ ഓഗസ്റ്റ് കുണ്ട്, സൂറിച്ച് പോളിടെക്നിക്കിൽ ഫിസിക്സ് പ്രൊഫസറായിരുന്നു. അദ്ദേഹവുമായി പരിചയപ്പെട്ടത് റോൺട്ജന്റെ ജീവിതഗതി തന്നെ തിരിച്ചു വിട്ടു. എഞ്ചിനീയറിങ് വിട്ട് അദ്ദേഹം ഫിസിക്സ് പഠിക്കാൻ തുടങ്ങി.

ക്രമേണ ഫിസിക്സിലെ ഗവേഷണങ്ങൾ അദ്ദേഹത്തിന് ഒരു ലഹരിയായി മാറി. രാവും പകലും പരീക്ഷണശാലയിൽത്തന്നെയായി താമസം. പ്രൊഫസർ കുണ്ടിനും ശിഷ്യനെ നന്നായി ബോധിച്ചു. ജർമനിയിലെ സ്ട്രാസ്ബർഗിലേക്ക് അദ്ദേഹം മാറിയപ്പോൾ റോൺട്ജനേയും കൂടെ കൊണ്ടുപോയി. അവിടെ തെർമോ ഡയനാമിക്സിലായിരുന്നു അദ്ദേഹം ഗവേഷണങ്ങൾ നടത്തിയത്.

1885-ൽ ബവേറിയയിൽ പുതുതായി സ്ഥാപിതമായ വൂർസ്ബർഗ് (wurzburg) സർവകലാശാലയിൽ ഫിസിക്സ് പ്രൊഫസറായി റോൺട്ജൻ നിയമിതനായി. ഇവിടെ വച്ചാണ് അദ്ദേഹം എക്സ്-കിരണങ്ങളെ കണ്ടെത്തിയത്.

അക്കാലത്തെ ഒരു സുപ്രധാന കണ്ടുപിടിത്തമായ കാഥോഡ് കിരണങ്ങളെക്കുറിച്ചുള്ള ഗവേഷണങ്ങളിലേർപ്പെട്ടിരിക്കുകയായിരുന്നു അദ്ദേഹം. കാഥോഡ് രശ്മികൾ ഉൽപ്പാദിപ്പിച്ചപ്പോൾ അവയിൽ നിന്നും പുറത്തു വന്ന ഒരു പച്ചവെളിച്ചം തൊട്ടടുത്തുള്ള ബേരിയം പ്ലാറ്റിനോസയനൈഡ് പുരട്ടിയ ഗ്ലാസ് സ്ക്രീനിൽ പതിയുന്നതായി അദ്ദേഹം കണ്ടു. കാഥോഡ് രശ്മികൾക്ക് വായുവിലൂടെ ഗ്ലാസ്സ്ക്രീൻ വരെ സഞ്ചരിക്കാനാവില്ല. അതിനാൽ ഈ വെളിച്ചം കാഥോഡ് രശ്മികളല്ലെന്ന് അദ്ദേഹം തീർച്ചയാക്കി. ഏറ്റവും വിസ്മയകരമായ കാര്യം ഈ രശ്മികൾക്ക് ഇടയിലുള്ള തടസങ്ങൾ ഒരു പ്രശ്നമായില്ലെന്നതാണ്. വിവിധ പദാർഥങ്ങൾ ഉപയോഗിച്ചുള്ള തടസങ്ങൾ സൃഷ്ടിച്ചുകൊണ്ട് അദ്ദേഹം പരീക്ഷണങ്ങൾ ആവർത്തിച്ചു. ലെഡ് (കാരിയം) കൊണ്ടുള്ള പലകയൊഴികെ മറ്റൊ

ന്നിനും ഈ രശ്മികളെ തടഞ്ഞുനിർത്താനാവില്ലെന്ന് അദ്ദേഹം കണ്ടെത്തി. അജ്ഞാതരശ്മികൾ എന്ന അർഥത്തിൽ റോൺട്ജൻ അവയെ എക്സ്-കിരണങ്ങൾ എന്നു വിളിച്ചു.

ഒരുതരം വിദ്യുത്കാന്തിക വികിരണമാണ് എക്സ്-റെ. പ്രകാശത്തേക്കാൾ തരംഗദൈർഘ്യം വളരെ കുറവാണ്. 1895-ൽ റോൺട്ജൻ തന്റെ കണ്ടുപിടിത്തത്തെക്കുറിച്ച് ഒരു പ്രബന്ധം പ്രസിദ്ധീകരിച്ചു. ലേഖനത്തോടൊപ്പം ജീവനുള്ള ഒരു മനുഷ്യന്റെ ഉള്ളം കൈയുടെ ഫോട്ടോയും ഉണ്ടായിരുന്നു. സാധാരണ ഫോട്ടോ ആയിരുന്നില്ല. ഉള്ളംകൈയുടെയും വിരലുകളുടെയും എല്ലുകൾ മാത്രം കാണുന്ന ചിത്രം. വൈദ്യശാസ്ത്രത്തിലാണ് എക്സ്-റേ ആദ്യം ഉപയോഗിക്കാൻ തുടങ്ങിയത്. എങ്കിലും ശരീരത്തിലെ എല്ലുകൾ മാത്രം കാണുന്ന ഈ ചിത്രങ്ങൾ സാത്താന്റെ പണിയാണെന്നത്രെ പലരും വിശ്വസിച്ചത്. ശാസ്ത്രജ്ഞന്മാരും ഡോക്ടർമാരും ഏറെ പണിപ്പെട്ടാണ് ഈ അന്ധവിശ്വാസം മാറ്റിയെടുത്തത്.

പദാർഥങ്ങളെ തുളച്ചു പോവാനുള്ള എക്സ്-റെയുടെ അസാധാരണമായ കഴിവാണ്, അത് വൈദ്യശാസ്ത്രരംഗത്ത് ഒരു മുഖ്യഉപാധിയായി മാറാൻ കാരണം. മാംസം പോലുള്ള മൃദുപദാർഥങ്ങളെ തുളച്ചു പോവുകയും അസ്ഥികൾപോലുള്ള കഠിനവസ്തുക്കളിൽ തടയുകയും ചെയ്യുന്നതിനാൽ ആന്തരാവയവങ്ങളുടെ ചിത്രങ്ങളെടുക്കാൻ എക്സ്-റെ സഹായകമായി. മറ്റനേകം ആണവപ്രതിഭാസങ്ങളുടെ കണ്ടുപിടുത്തത്തിനും എക്സ്-റെ കാരണമായി. 1901-ൽ ഫിസിക്സിനുള്ള ആദ്യ നോബൽ സമ്മാനം റോൺട്ജന് നൽകിക്കൊണ്ട് ശാസ്ത്രലോകം ഈ വലിയ കണ്ടുപിടിത്തത്തെ ആദരിച്ചു.

താൻ നടത്തിയ വലിയ കണ്ടുപിടിത്തത്തിന് പേറ്റന്റ് എടുത്തിരുന്നെങ്കിൽ റോൺട്ജൻ ലോകത്തിലെ ഏറ്റവും വലിയ ധനികരിലൊരാളാവുമായിരുന്നു. പല അഭ്യുദയകാംക്ഷികളും പേറ്റന്റ് എടുത്ത് എക്സ്-റേയുടെ അവകാശം സ്വന്തമാക്കാൻ അദ്ദേഹത്തെ നിർബന്ധിക്കുകയും ചെയ്തു. പക്ഷേ സ്വാർഥത ലേശമില്ലാത്ത മനുഷ്യസ്നേഹിയായ റോൺട്ജൻ അത് അംഗീകരിച്ചില്ല.

"ശാസ്ത്രഗവേഷണ ഫലങ്ങൾ മാനവരാശിയുടെ പൊതുസ്വത്താണ്. അത് ഒരു വ്യക്തിയോ രാഷ്ട്രമോ സ്വന്തമാക്കി വെയ്ക്കരുത്." അദ്ദേഹം തന്റെ നയം വ്യക്തമാക്കി. ഇന്ന് നമ്മുടെ നാട്ടിൻപുറങ്ങളിൽ പോലും കാണുന്ന എക്സ്-റേ ക്ലിനിക്കുകൾ മഹാമനസ്കനായ ആ ശാസ്ത്രജ്ഞന്റെ സംഭാവനയാണ്. അന്ന് റോൺട്ജൻ പേറ്റന്റ് എടുത്തിരുന്നെങ്കിൽ എക്സ്-റേ ചിത്രങ്ങളെടുക്കാൻ ഇന്ന് നാം ചെലവാക്കുന്നതിന്റെ എത്രയോ ഇരട്ടി പണം ചെലവഴിക്കേണ്ടി വരുമായിരുന്നു. റോൺട്ജനോടുള്ള ബഹുമാനാർഥം അദ്ദേഹം കണ്ടെത്തിയ കിരണ

ങ്ങൾക്ക് ‘റോൺട്ജൻ രശ്മികൾ’ എന്ന് പേരിടണമെന്നൊരു നിർദേശം ചിലർ മുന്നോട്ടു വച്ചു. അദ്ദേഹത്തിന് അതും സമ്മതമായില്ല. അവയ്ക്ക് താനിട്ട എക്സ്–റേ എന്ന പേര് മതിയെന്ന് അദ്ദേഹം ശഠിച്ചു.

പിന്നീടുള്ള കാലം മുഴുവൻ അദ്ദേഹം എക്സ്–കിരണങ്ങളെപ്പറ്റി ഗവേഷണങ്ങൾ നടത്തി. അദ്ദേഹത്തിന്റെ പിൻഗാമികൾക്ക് കുറേക്കാലത്തേക്ക് അവയെപ്പറ്റി ഒന്നും പഠിക്കാനുണ്ടായിരുന്നില്ല. അത്രയ്ക്ക് സമ്പൂർണമായിരുന്നു അദ്ദേഹത്തിന്റെ ഗവേഷണ പഠനങ്ങൾ.

1901 ൽ റോൺട്ജന് നോബൽ സമ്മാനം ലഭിച്ചെന്ന് പറഞ്ഞല്ലോ. സമ്മാനത്തുക മുഴുവൻ അദ്ദേഹം വുർസ്ബർഗ് സർവകലാശാലയ്ക്ക് സംഭാവന ചെയ്തു. താൻ ഗവേഷണം നടത്തിയതും എക്സ്–റേ കണ്ടുപിടിച്ചതും ആ സർവകലാശാലയിലെ ലാബോറട്ടറി ഉപയോഗിച്ചാണല്ലോ എന്ന് പറഞ്ഞ് അദ്ദേഹം സ്വന്തം പ്രവൃത്തിയെ ന്യായീകരിച്ചു.

കയ്യിൽ വന്ന ധനം മുഴുവൻ ദാനം ചെയ്ത മഹാനായ ആ ശാസ്ത്രജ്ഞന് തന്റെ വാർധക്യകാലം ദാരിദ്ര്യത്തിൽ കഴിയേണ്ടിവന്നു എന്നത് വിരോധാഭാസമായി തോന്നാം. ഒന്നാം ലോകമഹായുദ്ധത്തെത്തുടർന്ന് ജർമനിയിൽ കടുത്ത സാമ്പത്തികമാന്ദ്യം അനുഭവപ്പെട്ടു. അതിന്റെ ദുരന്തഫലങ്ങൾ റോൺട്ജനും അനുഭവിച്ചു. ദാരിദ്ര്യവും മറ്റു ബുദ്ധിമുട്ടുകളും അദ്ദേഹം വളരെയധികം സഹിക്കുകയുണ്ടായി. 1923 ഫിബ്രവരി 10–ാം തീയതി മ്യൂണിക്കിൽ വച്ച് അദ്ദേഹം അന്തരിച്ചു.

സ്ഥിരോത്സാഹിയായ ഗവേഷകൻ എന്നതിലപ്പുറം മാനവിക മൂല്യങ്ങളിൽ ഉറച്ചുനിന്ന മനുഷ്യസ്നേഹി എന്ന നിലയിലായിരിക്കും വില്യം കോൺറാഡ് റോൺട്ജൻ അറിയപ്പെടുക.

10

അലക്സാണ്ടർ ഗ്രഹാംബെൽ (1847–1922)

"എല്ലാവരും എപ്പോഴും ഉപയോഗിക്കുന്ന വഴിയിൽ നിന്നും അൽപ്പമൊന്ന് മാറി സഞ്ചരിക്കൂ. നിങ്ങൾ തീർച്ചയായും ഇതുവരെ കണ്ടിട്ടില്ലാത്ത ഒരു വസ്തുവിനെയെങ്കിലും കാണും. അത് വളരെ ചെറിയ ഒന്നായിരിക്കാം എങ്കിലും അതിനെ അവഗണിക്കരുത്. വീണ്ടും അന്വേഷിക്കൂ. അത് മഹത്തായ ഒരു കണ്ടുപിടിത്തത്തിന്റെ തുടക്കമായിരിക്കാം. പുതിയതായി എന്തെങ്കിലും ചെയ്യാനാഗ്രഹിക്കുന്ന ഏതൊരാൾക്കും സ്വീകരി

ക്കാവുന്ന ഈ ഉപദേശം ലോകത്തിന് നൽകിയത് അലക്സാണ്ടർ ഗ്രഹാംബെൽ എന്ന മഹാനായ ശാസ്ത്രജ്ഞനാണ്. അതെ, ആദ്യമായി ടെലിഫോൺ നിർമിച്ച ഗ്രഹാംബെൽ.

1847 മാർച്ച് പത്താം തീയതി എഡിൻബറോയിലാണ് ഗ്രഹാം ബെലിന്റെ ജനനം. അദ്ദേഹത്തിന്റെ പിതാവായ അലക്സാണ്ടർ മെൽവിൻ ബെൽ അറിയപ്പെടുന്ന വാഗ്മിയും ബധിരരെ അഭ്യസിപ്പിക്കുന്നതിൽ വിദഗ്ധനുമായിരുന്നു. ബധിരരെ സഹായിക്കുവാനുള്ള പ്രത്യേക സ്വരസംവിധാനം തന്നെ അദ്ദേഹം ആവിഷ്കരിച്ചിരുന്നു. പിതാവിന്റെ സ്വാധീനത്താൽ ഗ്രഹാംബെല്ലും കുട്ടിക്കാലത്ത് തന്നെ ശബ്ദങ്ങളിലേക്ക് ആകൃഷ്ടനായി.

എഡിൻബറോ സർവകലാശാലയിൽനിന്നും അദ്ദേഹം ബിരുദപഠനം പൂർത്തിയാക്കി. ആ സമയത്താണ് അയാളിൽ ചെറിയ തോതിൽ ക്ഷയരോഗബാധകാണപ്പെട്ടത്. ബെൽ കുടുംബത്തിലെ രണ്ട് ആൺകുട്ടികൾ നേരത്തേ ഇതേ രോഗത്താൽ മരണപ്പെട്ടിരുന്നു. ഈ മകനെയെങ്കിലും രക്ഷിക്കണമെന്ന ആഗ്രഹത്താൽ അദ്ദേഹത്തിന്റെ പിതാവ് മെച്ചപ്പെട്ട കാലാവസ്ഥതേടി കാനഡയിലേക്ക് കുടിയേറി.

ഒരുവർഷത്തെ വിശ്രമജീവിതം ഗ്രഹാംബെല്ലിനെ പൂർണാരോഗ്യവാനാക്കി. സ്വന്തമായി ജോലി ചെയ്തു ജീവിക്കുക എന്ന ലക്ഷ്യവുമായി ആ യുവാവ് അമേരിക്കൻ ഐക്യനാടുകളിലെത്തി. അവിടെ ബോസ്റ്റണിലും മസാച്ചുസെറ്റ്സിലും ബധിരവിദ്യാലയങ്ങളിൽ അധ്യാപകനായി ജോലി ചെയ്തു. തന്റെ പിതാവ് ആവിഷ്കരിച്ച ദൃശ്യബിംബങ്ങൾ ഉപയോഗിച്ചുള്ള സംഭാഷണ രീതിയാണ് അദ്ദേഹം ഇവിടെ ഉപയോഗിച്ചത്. ക്രമേണ ബധിരരെ സംസാരിക്കാൻ പഠിപ്പിക്കുന്ന 'വോക്കൽ ഫിസിയോളജി' എന്നൊരു ശാസ്ത്രശാഖതന്നെ അദ്ദേഹം വളർത്തിയെടുത്തു. 1873 മുതൽ 1877 വരെ ബോസ്റ്റൺ സർവകലാശാലയിൽ അദ്ദേഹം ഇതേ വിഷയത്തിൽ പ്രൊഫസറായി സേവനമനുഷ്ഠിച്ചു.

ശബ്ദം, അത് ഒരാളിൽ നിന്ന് മറ്റൊരാളിലേക്ക് വിനിമയം ചെയ്യുന്ന രീതിയിലുള്ള താൽപ്പര്യം സ്വന്തം തൊഴിലുമായി ബന്ധപ്പെട്ടാണ് അദ്ദേഹത്തിൽ വളർന്നത്. ഇതേ താൽപ്പര്യങ്ങളാണ് ടെലിഫോണിന്റെ കണ്ടുപിടിത്തത്തിലേക്ക് അദ്ദേഹത്തെ നയിച്ചത്. ബധിരരുടെ അധ്യാപകനെന്ന നിലയിൽ മനുഷ്യരുടെ സ്വനതന്തുക്കളിലും കർണപടത്തിലും ശബ്ദം സൃഷ്ടിക്കുന്ന കമ്പനങ്ങളെക്കുറിച്ച് അദ്ദേഹത്തിന് നല്ല ധാരണയുണ്ടായിരുന്നു.

ശബ്ദത്തെ എങ്ങനെ അതിന്റെ ഉറവിടത്തിൽ നിന്നും മറ്റൊരിടത്തേക്ക് അയക്കാം? ഈ വിഷയത്തിൽ സഹായിക്കാൻ, വാട്സൺ എന്നൊരു സഹായിയെ ലഭിച്ചതും ഗ്രഹാംബെലിന് വലിയ തുണയായി. ശബ്ദം വായുവിലുണ്ടാക്കുന്ന കമ്പനങ്ങൾ തൊട്ടടുത്തുള്ള ലോഹത്തകിടിനെ കമ്പനം ചെയ്യിക്കുന്നതായി ഗ്രഹാംബെൽ കണ്ടെത്തി. കർണപടം കമ്പനം ചെയ്യുന്ന അതേ രീതിയിലാണത്. ഈ കമ്പനത്തെ

വൈദ്യുത തരംഗങ്ങളാക്കി മാറ്റാൻ പറ്റുന്ന ഒരു ട്രാൻസ്മിറ്റർ വേണം. തരംഗങ്ങളെ കൊണ്ടുപോവാനുള്ള ചാലകവും മറുവശത്തു റിസീവറും വേണം. ഗ്രഹാംബെല്ലിന്റെ നിർദേശങ്ങൾക്കനുസരിച്ച് വാട്സൺ പല ഉപകരണങ്ങളും നിർമിച്ചു. ഒരു ദിവസം ഗ്രഹാംബെൽ ട്രാൻസ്മിറ്റർ സ്ഥാപിച്ച മുറിയിലും വാട്സൺ റിസീവർ സ്ഥിതി ചെയ്യുന്ന മുറിയിലും പരീക്ഷണത്തിലേർപ്പെട്ടിരിക്കയായിരുന്നു.

ഒരു ഗാൽവനിക് സെൽ ഉപയോഗിച്ചു ശക്തമായ തരംഗിത കറന്റ് ഉൽപ്പാദിപ്പിക്കുവാൻ ശ്രമിക്കുകയായിരുന്നു ബെൽ. ബാറ്ററിയിൽ നിന്നും ആസിഡ് അദ്ദേഹത്തിന്റെ വസ്ത്രത്തിൽ വീണു. വാട്സൺ മുറിയുടെ പുറത്തുണ്ടെന്ന ധാരണയോടെ അദ്ദേഹം വിളിച്ചു. “വാട്സൻ, ഇവിടെ വരൂ. എനിക്ക് നിങ്ങളുടെ സഹായം വേണം”. അൽപ്പമകലെയുള്ള മുറിയിൽ റിസീവറുമായി നിൽക്കുകയായിരുന്ന വാട്സൺ, അദ്ദേഹത്തിന്റെ സ്വരം വ്യക്തമായി കേട്ടു. അദ്ദേഹം പരിഭ്രമത്തോടെ ബെല്ലിന്റെ അരികിലെത്തി. അദ്ദേഹം പറഞ്ഞതെല്ലാം റിസീവറിലൂടെ താൻ വ്യക്തമായി കേട്ടുവെന്നറിയിച്ചു.

1876 മാർച്ച് 10-ാം തീയതിയാണ് ആ മഹാസംഭവം നടന്നത്. ഗ്രഹാം ബെലിന്റെ ചിരകാലസ്വപ്നമായ കമ്പികളിൽ കൂടിയുള്ള ശബ്ദപ്രേക്ഷണം സാധ്യമായിരിക്കുന്നു! ആ വർഷം തന്നെ അമേരിക്കൻ ഐക്യനാടുകളുടെ നൂറാം വാർഷികാഘോഷത്തിന്റെ ഭാഗമായി നടന്ന പ്രദർശനത്തിൽ ടെലിഫോൺ പ്രദർശിപ്പിക്കപ്പെട്ടു. രാജ്യത്തിനകത്തും പുറത്തുനിന്നുമുള്ള ധാരാളം ശാസ്ത്രജ്ഞരെ അത് അത്ഭുതപ്പെടുത്തി.

വ്യാപാരാടിസ്ഥാനത്തിൽ ടെലിഫോണിനെ മാർക്കറ്റിലെത്തിക്കാൻ ശ്രമിച്ച ഗ്രഹാംബെലിന് ഏറ്റവുമധികം എതിർപ്പു വന്നത് സ്വകാര്യ ടെലിഗ്രാഫ് കമ്പനികളിൽ നിന്നാണ്. അന്ന് അമേരിക്കയിലെ വാർത്താവിനിമയം അവരുടെ നിയന്ത്രണത്തിലായിരുന്നു.

വയർലസ് കമ്പനികളുടെ സമീപനത്തിൽ മനസ്സ് മടുത്ത ഗ്രഹാം ബെൽ സ്വന്തം ജന്മദേശത്തേക്ക് കപ്പൽകയറി. അവിടെ, 1878-ൽ വിക്ടോറിയ രാജ്ഞിയെ തന്റെ പുതിയ ഉപകരണം കാണിക്കുവാൻ ഗ്രഹാം ബെലിന് അവസരം കിട്ടി. സംഗതി വല്ലാതെ ഇഷ്ടപ്പെട്ട രാജ്ഞി ഉടനെ തന്നെ തന്റെ കൊട്ടാരത്തിലേക്ക് രണ്ടെണ്ണം ഓർഡർ ചെയ്തു. ബക്കിങ്ഹാം കൊട്ടാരത്തിൽ ടെലിഫോൺ സ്ഥാപിതമായതോടെ ഈ പുതിയ ഉപകരണത്തിന് ഇംഗ്ലണ്ടിലും മറ്റു യൂറോപ്യൻ രാജ്യങ്ങളിലും ആവശ്യക്കാരേറെയുണ്ടായി. അമേരിക്കയിലും താമസിയാതെ ഫോണുകൾ പ്രചാരത്തിലെത്തി.

ആരംഭത്തിൽ ചെറിയ ദൂരങ്ങൾക്കിടയിലാണ് ഫോൺ ബന്ധങ്ങൾ സ്ഥാപിച്ചിരുന്നത്. 1915-ൽ ന്യൂയോർക്കിനും സാൻഫ്രാൻസിസ്കോയ്ക്കുമിടയിൽ ആദ്യത്തെ ദീർഘദൂര ടെലിഫോൺ ലൈൻ സ്ഥാപിച്ചു. 3400 നാഴികയായിരുന്നു അതിന്റെ ദൂരം. താമസിയാതെ അമേരിക്കയ്ക്കും ഇംഗ്ലണ്ടിനുമിടയിലും ടെലിഫോൺ ബന്ധം സ്ഥാപിക്കപ്പെട്ടു. പിന്നീട്

ലോകത്തിനൊപ്പം ടെലിഫോണും മാറി. ഗ്രഹാംബെൽ തിരിച്ചുവരികയാണെങ്കിൽ ഇന്നത്തെ ഫോണുകൾ, കണ്ടാൽപ്പോലും അദ്ദേഹം തിരിച്ചറിയുകയില്ല.

ടെലഫോണിന്റെ നിർമാണത്തിന് പേറ്റന്റ് നേടിയ ഗ്രഹാംബെൽ ചുരുങ്ങിയ കാലംകൊണ്ട് അമേരിക്കയിലെ ഏറ്റവും വലിയ ധനികരിലൊരാളായി. പക്ഷേ, അദ്ദേഹത്തിന്റെ പ്രഥമ താൽപ്പര്യം അപ്പോഴും ബധിരരുടെ വിദ്യാഭ്യാസമായിരുന്നു. തന്റെ സമ്പാദ്യത്തിൽ വലിയൊരു ഭാഗം ഈ ആവശ്യത്തിനായി അദ്ദേഹം നീക്കി വച്ചു. ലോകപ്രശസ്തയായ ഹെലൻ കെല്ലറിന് പ്രാഥമിക വിദ്യഭ്യാസം നൽകാനായി ആൻ സള്ളിവൻ എന്ന അധ്യാപികയെ അയച്ചുകൊടുത്തതും ഗ്രഹാം ബെലാണ്.

ഭൂമിശാസ്ത്രമായിരുന്നു അദ്ദേഹത്തിന്റെ മറ്റൊരു ഇഷ്ടവിഷയം. പര്യവേക്ഷണങ്ങളും പഠനങ്ങളും പ്രോത്സാഹിപ്പിക്കുന്നതിനും പ്രചരിപ്പിക്കുന്നതിനുമായി നാഷണൽ ജ്യോഗ്രഫിക് സൊസൈറ്റി സ്ഥാപിക്കുകയും അഞ്ച് വർഷം അതിന്റെ അധ്യക്ഷപദമലങ്കരിക്കുകയും ചെയ്തു ഗ്രഹാംബെൽ. ബധിരരുടെ വിദ്യാഭ്യാസം പ്രചരിപ്പിക്കുക, ബധിരതയുടെ കാരണങ്ങളെക്കുറിച്ച് ജനങ്ങളെ ബോധവൽക്കരിക്കുക എന്നീലക്ഷ്യങ്ങളുമായി ഗ്രഹാംബെൽ *സയൻസ്* എന്നൊരു പ്രസിദ്ധീകരണം തുടങ്ങി. ഇന്ന് ഇത്, അമേരിക്കൻ അസോസിയേഷൻ ഫോർ ദ അഡ്വാൻസ്മെന്റ് ഓഫ് സയൻസിന്റെ മുഖപത്രമാണ്.

ബധിരവിദ്യാലത്തിൽ തന്റെ വിദ്യാർഥിനിയായിരുന്ന മേബിൾ ഹബാർഡിനെയാണ് 1876-ൽ അലക്സാണ്ടർ ഗ്രഹാംബെൽ വിവാഹം ചെയ്തത്. 1922 ആഗസ്റ്റ് രണ്ടാം തീയതി ഗ്രഹാംബെൽ അന്തരിച്ചു.

അദ്ദേഹത്തിന്റെ വാക്കുകൾ ഓർക്കാം. "ടെലിഫോണിന്റെ മണിനാദം ഒരിക്കലും നിലയ്ക്കുകയില്ല. അത് ജീവിതത്തിന്റെ കഥയാണ് പാടുന്നത്. ജീവിതത്തിന് അവസാനമില്ലല്ലോ. ജനനത്തിന്റെയും മരണത്തിന്റെയും വിജയത്തിന്റെയും പരാജയത്തിന്റെയും കഥകളുമായി അത് ലോകം മുഴുവനുമെത്തുന്നു."

അദ്ദേഹം പറഞ്ഞത് സത്യമാണ്. ടെലിഫോൺ മണിയടി നിലയ്ക്കുകയില്ല. അലക്സാണ്ടർ ഗ്രഹാംബെലിന്റെ ഓർമകൾക്കും മരണമില്ല. മറ്റെല്ലാ മഹാരഥന്മാർക്കും നാട്ടിൽ പലേടത്തായി സ്മാരകമുയരുമ്പോൾ അദ്ദേഹത്തിന്റെ സ്മാരകങ്ങൾ ഓരോ വീട്ടിലുമാണുള്ളത്.

11

തോമസ് ആൽവാ എഡിസൺ (1847–1931)

പ്രതിഭയെന്നാൽ ഒരു ശതമാനം പ്രചോദനവും തൊണ്ണൂറ്റിഒൻപത് ശതമാനം അധ്വാനവുമാണെന്ന് ഉറക്കെ പ്രഖ്യാപിച്ചത് തോമസ് ആൽവാ എഡിസനാണ്. അത് കേവലം വെറുമൊരു പ്രസ്താവനയായിരുന്നില്ല. സ്വന്തം ജീവിതംകൊണ്ട് അദ്ദേഹമത് തെളിയിച്ചതാണ്. ആയിരത്തിലധികം കണ്ടുപിടിത്തങ്ങളുടെ പേറ്റന്റ് അദ്ദേഹം നേടിയിട്ടുണ്ട്. ഇത് ഒരു സർവകാല റെക്കോർഡാണ്.

1847 ഫെബ്രുവരി 11–ാം തീയതി അമേരിക്കയിലെ ഓഹിയോ സംസ്ഥാനത്താണ് എഡിസൻ ജനിച്ചത്. അച്ഛൻ ഒരു മരപ്പണിക്കാരനായിരുന്നു. എഡിസന് ഏഴ് വയസുള്ളപ്പോൾ ആ കുടുംബം ഡെട്രോയിറ്റിലേക്ക് താമസം മാറ്റി. അവിടെയാണ് ആ കുട്ടിയുടെ സ്കൂൾ വിദ്യാഭ്യാസം തുടങ്ങിയത്. നിർഭാഗ്യവശാൽ അത് പെട്ടെന്ന് മുടങ്ങുകയും ചെയ്തു.

സംഭവിച്ചത് ഇതാണ്. എന്തിനെയും ഏതിനെയും കുറിച്ച് തുടർച്ചയായി സംശയം ചോദിക്കുക ആ കുട്ടിയുടെ സ്വഭാവമായിരുന്നു. അധ്യാപകർക്ക് അതിഷ്ടമായില്ല. അവനു കിറുക്കാണെന്നുവരെ അധ്യാപകർ പറഞ്ഞു. (പിൽക്കാലത്ത് ആൽബർട്ട് ഐൻസ്റ്റീനും ഇതേ അനുഭവമുണ്ടായി എന്നോർക്കുക). എഡിസന്റെ അമ്മയ്ക്ക് ഇത് സഹിക്കാവുന്നതിലപ്പുറമായിരുന്നു. മകന്റെ പ്രയാസം കണ്ട ആ അമ്മ ഒരു ദിവസം സ്കൂളിലേക്ക് കയറിച്ചെന്നു. മകനെ കുറ്റം പറഞ്ഞ ക്ലാസധ്യാപകനെ കണക്കിനു ശകാരിച്ചു. അവന്റെ കൈയും പിടിച്ച് ഇറങ്ങിപ്പോന്നു. അവസാനമായി ആ അധ്യാപകനോട് ഒരു വാക്കും പറഞ്ഞു. "നാളെ എന്റെ മോനെ ലോകമറിയും. നിങ്ങളെ ആരുമോർക്കില്ല." പ്രവചന ശക്തിയുള്ള വാക്കുകൾ!

അമ്മ വെറുതെയിരുന്നില്ല. അതിബുദ്ധിമാനായ തന്റെ മകനെ പഠിപ്പിക്കുന്ന ചുമതല അവർ ഏറ്റെടുത്തു. അസാധാരണ ഓർമശക്തിയുള്ള എഡിസൻ വളരെ വേഗം കാര്യങ്ങൾ പഠിച്ചു. അമ്മ നൽകിയ ശാസ്ത്ര ഗ്രന്ഥങ്ങളാണ് എഡിസനിൽ ശാസ്ത്രത്തിലുള്ള താൽപ്പര്യമുണർത്തിയത്. തന്റെ എല്ലാ കണ്ടുപിടിത്തങ്ങളുടെയും പ്രചോദനം അമ്മയായിരുന്നു എന്ന് എഡിസൻ പിൽക്കാലത്ത് പറയുകയുണ്ടായി.

രസതന്ത്രത്തിൽ കമ്പം കയറിയ എഡിസൻ വീട്ടിൽ ഒരു പരീക്ഷണശാല സ്ഥാപിച്ചു. ഇതിലേക്കാവശ്യമായ രാസവസ്തുക്കൾ വാങ്ങാൻ പണം വേണം. ഇതിനും ആ കുട്ടി ഒരു വഴി കണ്ടെത്തി. പോർട്ട് ഹ്യൂറോണിനും ഡെട്രോയിറ്റിനുമിടയ്ക്ക് ഓടുന്ന വണ്ടിയിൽ പത്രവിതരണക്കാരനായി എഡിസൻ ജോലി ചെയ്യാൻ തുടങ്ങി. അതോടൊപ്പം കൈയിൽ കൊണ്ടുനടക്കാവുന്ന അച്ചടിയന്ത്രം ഉപയോഗിച്ച് ഒരു പ്രതിവാര പത്രവും എഡിസൻ വണ്ടിയിൽ നിന്നും പ്രസിദ്ധീകരണം തുടങ്ങി. അമേരിക്കൻ ആഭ്യന്തര യുദ്ധം നടക്കുന്ന കാലമായതിനാൽ എഡിസന്റെ പത്രം ചൂടപ്പം പോലെ ചെലവായി. ഓടുന്ന വണ്ടിയിൽ നിന്ന് പ്രസിദ്ധീകരിക്കുന്ന പത്രത്തെക്കുറിച്ചും പത്രാധിപരെക്കുറിച്ചും ബ്രിട്ടീഷ് പത്രങ്ങളായ *ലണ്ടൻ ടൈംസും ഹെറാൾഡും* പ്രത്യേക വാർത്ത കൊടുക്കുകയുണ്ടായി. അടുത്ത അരനൂറ്റാണ്ട് മുഴുവൻ വാർത്തകളിൽ നിറഞ്ഞു നിൽക്കാൻ പോവുന്ന ഒരാളെക്കുറിച്ചാണ് തങ്ങളെഴുതുന്നതെന്ന് അന്ന് ആ പത്രങ്ങൾ അറിഞ്ഞിരുന്നില്ലല്ലോ.

വെറും പത്രക്കാരനായിരിക്കാൻ എഡിസൻ തയാറായിരുന്നില്ല. വണ്ടിയിലെ ലഗേജ് റൂമിൽ അയാൾ സ്വന്തമായി ഒരു പരീക്ഷണശാല സ്ഥാപിച്ച്

ഗവേഷണങ്ങൾ തുടങ്ങി. ഒരു ദിവസം ഈ ലാബോറട്ടറിയിൽ ഒരു അത്യാഹിതമുണ്ടായി. സ്ഫോടന ശബ്ദവും പുകയും തീയുമെല്ലാമായി അൽപ്പസമയത്തേക്ക് വലിയ കോലാഹലമായി. കോപാന്ധനായ കണ്ടക്ടർ എഡിസനെ, അദ്ദേഹത്തിന്റെ ലൊട്ടുലൊടുക്ക് ഉപകരണങ്ങളക്കം പ്ലാറ്റ്ഫോമിലേക്ക് തള്ളിയിട്ടു. എഡിസന്റെ തീവണ്ടിയാത്രാ ജീവിതം ഇതോടെ അവസാനിച്ചു.

തീവണ്ടിയിൽ ജോലിചെയ്യുന്ന സമയത്ത് എഡിസൻ ടെലിഗ്രാഫി പഠിച്ചിരുന്നു. അതിനാൽ വളരെ വേഗത്തിൽ ടെലിഗ്രാഫ് ഓപ്പറേറ്ററായി അദ്ദേഹത്തിന് ജോലി ലഭിച്ചു. ഇവിടെയും അദ്ദേഹം തന്റെ പരീക്ഷണങ്ങൾ തുടർന്നു. 1864-ൽ ഓട്ടോമാറ്റിക്ക് ടെലിഗ്രാഫ് മെഷീൻ നിർമിച്ച് ആ പതിനേഴുകാരൻ മറ്റുള്ളവരെ വിസ്മയിപ്പിച്ചു.

ഈ കാലത്ത് എഡിസൻ നടത്തിയ മറ്റൊരു പ്രധാന കണ്ടുപിടിത്തം വോട്ട് ചെയ്യാനുള്ള യന്ത്രമായിരുന്നു. വളരെ പ്രതീക്ഷകളോടെയാണ് അദ്ദേഹമത് യു എസ് കോൺഗ്രസ് അംഗങ്ങളുടെ മുന്നിൽ പ്രദർശിപ്പിച്ചത്. എന്നാൽ ഇന്നത്തെപ്പോലെ അന്നും ജനങ്ങൾ വോട്ട് കൃത്യമായി രേഖപ്പെടുത്തണമെന്ന താൽപ്പര്യം അമേരിക്കൻ രാഷ്ട്രീയ നേതൃത്വത്തിനുണ്ടായിരുന്നില്ല. അതുകൊണ്ട് ആരും എഡിസന്റെ യന്ത്രത്തിൽ താൽപ്പര്യം കാണിച്ചില്ല. പക്ഷേ, ഇതോടെ അദ്ദേഹം ഒരു വലിയ പാഠം പഠിച്ചു. കണ്ടുപിടിത്തം നടത്തുന്നതിനു മുൻപ് അത് മറ്റുള്ളവർക്ക് ആവശ്യമാണോ എന്നറിഞ്ഞിരിക്കണം.

1869-ൽ എഡിസൻ ന്യൂയോർക്കിലെത്തി. വെസ്റ്റേൺ യൂണിയൻ ടെലിഗ്രാഫ് കമ്പനിയിൽ ജോലി നേടി. ഒരിക്കൽ ന്യൂയോർക്ക് സ്റ്റോക് എക്സേഞ്ചിലെ വില സൂചിക രേഖപ്പെടുത്തുന്ന യന്ത്രത്തിന്റെ തകരാറുകൾ പരിഹരിക്കാൻ അദ്ദേഹം ക്ഷണിക്കപ്പെട്ടു. യന്ത്രത്തിന്റെ തകരാറു മാറ്റുക മാത്രമല്ല എഡിസൻ അത് അടിമുടി പരിഷ്കരിക്കുകയും ചെയ്തു. ഇതിന് പ്രതിഫലമായി കിട്ടിയത് അദ്ദേഹം സ്വപ്നം കാണുക കൂടി ചെയ്യാത്ത ഒരു വലിയ തുക! ഇത് മൂലധനമാക്കിയാണ് എഡിസൻ ന്യൂ ജേഴ്സിയിലെ മെൻലോപാർക്കിൽ തന്റെ പ്രസിദ്ധമായ ഗവേഷണശാല സ്ഥാപിച്ചത്. എഡിസൻ മ്യൂസിയമായി അത് ഇന്നും നിലനിർത്തിയിരിക്കുന്നു.

1876 ലാണ് അദ്ദേഹം ഈ റിസർച്ച് ലാബോറട്ടറി തുടങ്ങിയത്. എൺപതോളം ശാസ്ത്രജ്ഞന്മാർ ഇവിടെ അദ്ദേഹത്തോടൊപ്പം ജോലി ചെയ്തിരുന്നു. പത്തുദിവസത്തിനിടയിൽ ഒരു ചെറിയ കണ്ടുപിടിത്തം; ആറുമാസത്തിനിടയിൽ ഒരു വലിയ കണ്ടുപിടിത്തം! ഇതായിരുന്നു എഡിസന്റെ പ്രവർത്തന കലണ്ടർ. 1868 നും 1910 നുമിടയിൽ ഏതാണ്ട് ആയിരത്തിമുന്നൂറോളം കണ്ടുപിടിത്തങ്ങൾക്കാണ് അദ്ദേഹം പേറ്റന്റ് നേടിയത്.

വൈദ്യുതബൾബിന്റെ കണ്ടുപിടിത്തത്തോടെയാണ് എഡിസൻ ലോകപ്രശസ്തനായത്. 1879 ലായിരുന്നു ഇത്. എഡിസൻ ഏതാനും

സുഹൃത്തുക്കളോടൊപ്പം ഒരു മലമ്പ്രദേശത്ത് അവധിക്കാലം ചെലവഴിക്കുകയായിരുന്നു. നർമസംഭാഷണങ്ങൾക്കിടയിൽ ഇരുട്ടിൽ വെളിച്ചം കിട്ടാൻ ചെലവുകുറഞ്ഞ ഒരു വഴി കണ്ടുപിടിച്ചുകൂടെ എന്ന് കൂട്ടത്തിലാരോ എഡിസനോട് ചോദിച്ചു.

"തീർച്ചയായും" എഡിസൻ സമ്മതിച്ചു. 'അത് മെഴുകുതിരിയേക്കാൾ വില കുറഞ്ഞതായിരിക്കും.' വൈദ്യുതിയിൽ നിന്ന് വെളിച്ചം. പലർക്കും അന്നത് സങ്കൽപ്പത്തിന്നതീതമായിരുന്നു.

കഠിനാധ്വാനത്തിന്റെ ദിവസങ്ങളായിരുന്നു പിന്നീട് കടന്നു പോയത്. വൈദ്യുതി കടന്നു പോകുമ്പോൾ പ്രകാശം പുറപ്പെടുവിക്കുന്ന നിരവധി വസ്തുക്കൾ അദ്ദേഹം പരിശോധിച്ചു. വിളക്കുകരി പുരട്ടിയ പരുത്തി നാരുകൾ, വായുശൂന്യമാക്കിയ ഗ്ലാസ് ബൾബിനകത്ത് നാൽപ്പതു മണിക്കൂറോളം ജ്വലിക്കുന്നതായി അദ്ദേഹം കണ്ടെത്തി. ഇത് അദ്ദേഹത്തിന് ആത്മവിശ്വാസം നൽകി. 1879 ഒക്ടോബർ 21-ാം തീയതിയായിരുന്നു അത്.

വ്യാപാരാടിസ്ഥാനത്തിൽ എഡിസൻ നിർമിച്ച ബൾബുകൾക്കകത്ത് ഉപയോഗിച്ചത് കാർബണൈസ് ചെയ്ത മുളനാരുകളായിരുന്നു. ഇത്തരം കോടിക്കണക്കിന് ബൾബുകളാണ് ലോകമെങ്ങും വിറ്റഴിഞ്ഞത്.

ഇതിനു മുൻപുതന്നെ ശബ്ദം റെക്കോർഡു ചെയ്യാനും ആവശ്യം വരുമ്പോൾ വീണ്ടും കേൾക്കാനും സാധിക്കുന്ന ഫോണോഗ്രാഫ് അദ്ദേഹം കണ്ടുപിടിച്ചിരുന്നു. തന്റെ ഉപകരണം അന്ധർക്ക് വിദ്യാഭ്യാസം നൽകാനും മഹാന്മാരുടെ വാചകങ്ങൾ, പേരെടുത്ത ഗായകരുടെ ഗാനങ്ങൾ എന്നിവ അവരുടെ ശബ്ദത്തിൽത്തന്നെ സൂക്ഷിച്ചു വെക്കാനും ഉപകരിക്കുമെന്ന് അദ്ദേഹം പ്രസ്താവിച്ചിരുന്നു.

ചലിക്കുന്ന ചിത്രങ്ങളുടെ, അതായത് ഇന്നത്തെ സിനിമയുടെ ആശയം ആദ്യമായി അവതരിപ്പിച്ചതും എഡിസനാണ്. ഇതിനു പുറമെ ഫാരഡെ കണ്ടുപിടിച്ച ഡൈനാമോ അദ്ദേഹം പരിഷ്കരിച്ചു. വൻതോതിൽ വൈദ്യുതി ഉൽപ്പാദിപ്പിക്കാനായി ജനറേറ്റർ നിർമിച്ചതും, വൈദ്യുതി വിതരണത്തിന് ഭൂമിക്കടിയിൽ കേബിളുകളിടുന്ന രീതി തുടങ്ങിയതും അദ്ദേഹം തന്നെ.

ഓരോനിമിഷവും പുതിയ പുതിയ ആശയങ്ങൾ ഉദിച്ചുകൊണ്ടിരുന്ന ഒരു മനസായിരുന്നു എഡിസന്റേത്. അതു കാരണം ഏതെങ്കിലും ഒന്നിൽ മാത്രം ശ്രദ്ധകേന്ദ്രീകരിക്കാനോ, നിർമിച്ച ഉപകരണം കൂടുതൽ മെച്ചപ്പെടുത്താനോ അദ്ദേഹം മിനക്കെട്ടില്ല. അതിനാൽ ഒരു പൂർണതയില്ലായ്മ എഡിസന്റെ പല കണ്ടുപിടിത്തങ്ങളുടെയും കുഴപ്പമായി ആരോപിക്കപ്പെടാറുണ്ട്. എങ്കിലും 'മെൻലോ പാർക്കിലെ മാന്ത്രികൻ' എന്ന് വിളിച്ച് ലോകം അദ്ദേഹത്തെ ആദരിച്ചു.

അമേരിക്കയെക്കൂടാതെ ബ്രിട്ടൻ, ഫ്രാൻസ്, ഇറ്റലി തുടങ്ങിയ രാജ്യങ്ങളും തങ്ങളുടെ ഉന്നത ബഹുമതികൾ നൽകി വെളിച്ചത്തിന്റെ ദാതാ

വിനെ ആദരിച്ചു. 1929–ൽ വൈദ്യുതബൾബിന്റെ അൻപതാം വർഷം അമേരിക്ക ഗംഭീരമായി ആഘോഷിച്ചു. ഇതിന്റെ സ്മാരകമായി ഒരു സ്റ്റാമ്പും അമേരിക്കൻ പ്രസിഡണ്ട് പുറത്തിറക്കി.

തന്റെ സഹപ്രവർത്തകയായിരുന്ന മേരിസ്റ്റിൽവെലിനെയാണ് 1871ൽ എഡിസൻ വിവാഹം ചെയ്തത്. അവർക്ക് മൂന്ന് മക്കളുണ്ടായി. 1884 ൽ മേരിയുടെ ആകസ്മിക മരണം എഡിസനെ വല്ലാതെ വേദനിപ്പിച്ചു. രണ്ട് വർഷത്തിനുശേഷം അദ്ദേഹം സാമൂഹ്യപ്രവർത്തകയായ മിനാമില്ലറെ വിവാഹം ചെയ്തു. ഈ ബന്ധത്തിലും എഡിസന് മൂന്ന് കുട്ടികളുണ്ടായി.

കണ്ടുപിടിത്തങ്ങൾകൊണ്ട് ലോകത്തെ വിസ്മയിപ്പിച്ച ഈ ശാസ്ത്രജ്ഞൻ 1931 ഒക്ടോബർ 18–ാം തീയതി ന്യൂജേഴ്സിയിൽ നിര്യാതനായി.

12

പോൾ എർലിക് (1854–1915)

ഇന്ന് രോഗചികിത്സയ്ക്കായി നമ്മൾ ഉപയോഗിക്കുന്ന മിക്ക ഔഷധങ്ങളും മനുഷ്യനിർമിതമായ രാസസംയുക്തങ്ങളാണ്. വേദന ശമിപ്പിക്കാനും പനിമാറ്റാനും, ചുമ കുറയ്ക്കാനുമെല്ലാം നാം അവ സർവസാധാരണമായി ഉപയോഗിക്കുന്നു. രാസയാഗികങ്ങൾ ഉപയോഗിച്ചുള്ള ഈ ചികിത്സാരീതിയെ രാസചികിത്സ എന്നു പറയുന്നു. ഈ രാസചികിത്സാരീതിയുടെ ഉപജ്ഞാതാവാണ് പോളണ്ടുകാരനായ പോൾ എർലിക്.

1854 മാർച്ച് 14-ാം തീയതി ഇന്നത്തെ പോളണ്ടിലെ സ്ട്രെസെലിൻ എന്ന സ്ഥലത്താണ് പോൾ എർലിഖ് ജനിച്ചത്. സമ്പന്നമായൊരു ജൂത കുടുംബമായിരുന്നു അദ്ദേഹത്തിന്റേത്. സ്കൂളിൽ പഠിക്കുന്ന കാലത്ത് രസതന്ത്രമായിരുന്നു അദ്ദേഹത്തിന്റെ ഇഷ്ടവിഷയം. എന്നാൽ പഠിത്തത്തിൽ വളരെ മിടുക്കൊന്നും കാണിച്ചിരുന്നുമില്ല. സ്കൂൾ പഠനത്തിന് ശേഷം പിതാവ് പോളിനെ വൈദ്യശാസ്ത്രം പഠിക്കാനാണ് അയച്ചത്. അന്ന് മെഡിക്കൽകോളേജുകളിൽ ജീവശാസ്ത്രവും ശരീരശാസ്ത്രവുമായിരുന്നു പ്രധാന പാഠ്യവിഷയങ്ങൾ. എന്നിട്ടും എർലിഖന് രസതന്ത്രത്തിലുള്ള താൽപ്പര്യം ഒട്ടും കുറഞ്ഞില്ല.

ക്രോമസോം എന്ന വാക്ക് ആദ്യമായി ഉപയോഗിച്ച വില്യം വാൾഡേയർ മെഡിക്കൽകോളേജിൽ എർലിഖിന്റെ അധ്യാപകനായിരുന്നു. രസതന്ത്രത്തിൽ തന്റെ വിദ്യാർഥിക്കുള്ള സവിശേഷതാൽപ്പര്യം തിരിച്ചറിഞ്ഞ അദ്ദേഹം അയാൾക്ക് പ്രോത്സാഹനം നൽകി. അദ്ദേഹത്തിന്റെ ഒരു സഹോദരൻ ബാക്ടീരിയോ വിജ്ഞാനീയത്തിൽ വിദഗ്ധനായിരുന്നു. ഇവരുടെ സഹായത്താൽ പോൾകോശങ്ങൾക്കും ബാക്ടീരിയകൾക്കും വിവിധ രാസപദാർഥങ്ങൾ ഉപയോഗിച്ച് ചായം കൊടുക്കുന്നതിൽ പ്രത്യേക വൈദഗ്ധ്യം നേടി.

ഇരുപത്തിനാലാമത്തെ വയസിൽ പോൾ എർലിഖ് വൈദ്യശാസ്ത്രത്തിൽ ബിരുദം നേടി. ക്ഷയരോഗാണുവായ ട്യൂബർക്ക്ൾ ബാസിലസിന് നിറം കൊടുക്കുന്ന ഒരുരീതി ഇതിനിടയിൽ എർലിഖ് ആവിഷ്കരിച്ചിരുന്നു. ഈ വാർത്ത ക്ഷയരോഗാണുവിനെ കണ്ടെത്തിയ റോബർട്ട് കോഷിന്റെ ചെവിയിലെത്തി. പുതിയ പ്രതിഭകളെ കണ്ടെത്താനും വളർത്തിയെടുക്കാനും എന്നും താൽപ്പര്യം കാണിച്ച കോഷ് അദ്ദേഹത്തെ തന്റെ സ്ഥാപനത്തിലേക്ക് ക്ഷണിച്ചു.

വിധി വിപര്യയമെന്ന് പറയട്ടെ, അവിടെ ചെന്നയുടൻ എർലിഖിൽ ക്ഷയരോഗത്തിന്റെ ലക്ഷണങ്ങൾ ചെറിയ തോതിൽ കാണപ്പെട്ടു. അക്കാലത്ത് ചികിത്സയില്ലാത്ത ഒരു രോഗമായിരുന്നു ക്ഷയം. സുഖകരമായ കാലാവസ്ഥയുള്ള സ്ഥലങ്ങളിൽ താമസിക്കുക, പോഷകമൂല്യമുള്ള ആഹാരം കഴിക്കുക, വിശ്രമിക്കുക ഇവയായിരുന്നു അന്ന് ക്ഷയരോഗത്തിന്റെ പ്രതിവിധികൾ. എർലിഖ് ആരോഗ്യം മെച്ചപ്പെടുത്താനായി ഈജിപ്തിലേക്ക് പോയി. വരണ്ട കാലാവസ്ഥയുള്ള ഈജിപ്തിലെ താമസം രോഗം സുഖപ്പെടുത്തുകയും ചെയ്തു.

1889-ൽ അദ്ദേഹം ഈജിപ്തിൽ നിന്ന് തിരിച്ചെത്തി. കോഷിന്റെ സഹപ്രവർത്തകനായിരുന്ന എമിൽ ബെറിങ്ങിന്റെ കീഴിൽ ഗവേഷണത്തിലേർപ്പെട്ടു. ഡിഫ്തീരിയ, ടെറ്റനസ് എന്നീരോഗങ്ങൾക്ക് പ്രതിരോധ കുത്തിവെപ്പ് വികസിപ്പിച്ചെടുത്തതു ബെറിങ്ങാണ്. ഡിഫ്തീരിയയെക്കുറിച്ച് ഗവേഷണം നടക്കുന്നതിനിടയിലാണ് എർലിഖ് അദ്ദേഹത്തോടൊപ്പമെത്തുന്നത്. ഈ ഗവേഷണ പദ്ധതിയുടെ വിജയത്തെത്തുടർന്ന് എർലിഖിന് ബർലിൻ സർവകലാശാലയിൽ പ്രൊഫസറായി നിയമനം ലഭിച്ചു.

കഠിനാധ്വാനിയായിരുന്നെങ്കിലും മുൻകോപം എർലിഖിന്റെ കൂടപ്പിറപ്പായിരുന്നു. അദ്ദേഹത്തിന്റെ കൂടെ പൊരുത്തപ്പെട്ടുപോവുക വളരെ പ്രയാസകരമായിരുന്നു. ബെറിങ്ങുമായും അദ്ദേഹത്തിന് അധികനാൾ സഹകരിച്ച് പ്രവർത്തിക്കാൻ കഴിഞ്ഞില്ല. ബെറിങ്ങുമായി തെറ്റിപ്പിരിഞ്ഞ എർലിഖിന്റെ ശ്രദ്ധ രോഗങ്ങൾക്ക് പ്രത്യേകമായ മരുന്നുകൾ കണ്ടുപിടിക്കുന്നതിലേക്കായി. ഓരോതരം കോശങ്ങൾക്കും ഓരോതരം രാസവസ്തുക്കൾ ഉപയോഗിച്ച് നിറം കൊടുക്കാമെന്ന് അദ്ദേഹം നേരത്തേ കണ്ടെത്തിയിരുന്നു. രോഗാണുക്കളെ നശിപ്പിക്കുന്ന മരുന്നുകൾ കണ്ടെത്താൻ ഇതേ വഴിതന്നെ തുടരാൻ അദ്ദേഹം തീരുമാനിച്ചു. കോശങ്ങളും അവയ്ക്ക് നിറം കൊടുക്കാനുപയോഗിക്കുന്ന രാസവസ്തുക്കളും തമ്മിൽ ഒരു സവിശേഷബന്ധം നിലനിൽക്കുന്നുണ്ട് എന്ന നിഗമനത്തിൽ നിന്നാണ് അദ്ദേഹം തുടങ്ങുന്നത്.

ചായങ്ങളെല്ലാം രാസവസ്തുക്കളാണ്. ഒരു തരത്തിലുള്ള കോശങ്ങൾക്ക് ഒരു പ്രത്യേക രാസവസ്തു ഉപയോഗിക്കുന്നതുപോലെ, ഒരു പ്രത്യേകതരം കോശങ്ങളെ മാത്രം നശിപ്പിക്കുന്ന രാസവസ്തുക്കളും ഉണ്ടാവണമല്ലോ. രോഗകാരികളായ ബാക്ടീരിയകളെല്ലാം കോശങ്ങളാണെന്നോർക്കുക. ബാക്ടീരിയങ്ങളെ നശിപ്പിക്കുന്ന രാസവസ്തുക്കൾ ആതിഥേയ കോശങ്ങൾക്ക് നിരുപദ്രവമായിരിക്കുകയും വേണം. അങ്ങനെ ശരീരകോശങ്ങൾക്ക് നാശം വരുത്താതെ രോഗാണുക്കളെ മാത്രം നശിപ്പിക്കുന്ന രാസവസ്തുക്കൾക്കായുള്ള അന്വേഷണമായി പോൾ എർലിഖിന്റെ ജീവിത ലക്ഷ്യം.

ആയിടെ ഗവേഷണത്തിൽ എർലിഖിന്റെ ആദ്യഗുരുനാഥനായ റോബർട്ട് കോഷ് ആഫ്രിക്കൻ ഉറക്കരോഗത്തിന് കാരണമായ ട്രിപ്പനോസോമ എന്ന ഏകകോശ ജീവിയെ കണ്ടെത്തിയിരുന്നു. ട്രിപ്പാൻ റെഡ് എന്ന രാസവസ്തു ട്രിപ്പനോസോമയെ കൊല്ലുന്നതായി എർലിഖ് കണ്ടെത്തിയിരുന്നു. പക്ഷേ അത് അദ്ദേഹത്തിനു തന്നെ തൃപ്തികരമായില്ല.

പുരാതനകാലം മുതൽ വിഷമായും ഔഷധമായും ഉപയോഗിച്ചിരുന്ന മൂലകമായിരുന്നു ആർസനിക്. ആർസനിക്കിന്റെ സംയുക്തങ്ങൾ ഉപയോഗിച്ച് എർലിഖ് തന്റെ പരീക്ഷണം തുടർന്നു. ആർസനിക്കിന്റെ ലഭ്യമായ സംയുക്തങ്ങൾക്ക് പുറമെ, നിരവധി പുതിയ സംയുക്തങ്ങളും അദ്ദേഹം നിർമിച്ചു. അദ്ദേഹത്തിന്റെ സഹപ്രവർത്തകർ ഇവയെല്ലാം ബാക്ടീരിയകളുടെ മേൽ പ്രയോഗിച്ച് പരീക്ഷണം നടത്തിക്കൊണ്ടിരുന്നു. സംയുക്തങ്ങൾ ഒന്നും രണ്ടുമല്ല 605 എണ്ണമാണ് ഇങ്ങനെ നിർമിക്കപ്പെട്ടത്. തീർന്നില്ല എർലിഖും സഹപ്രവർത്തകരും 606–ാമത്തെ സംയുക്തത്തിലെത്തി. പക്ഷേ, ഇതും ട്രിപ്പനോസോമയ്ക്കെതിരെ ഫലപ്രദമായിരുന്നില്ല. എന്നാൽ അപ്രതീക്ഷിതമായി മറ്റൊന്ന് സംഭവിച്ചു.

അന്ന് ഏറ്റവും ഭയപ്പെടുന്ന ഒരു മഹാവ്യാധിയായിരുന്നു സിഫിലിസ്. ലൈംഗിക ബന്ധത്തിലൂടെ പകരുന്ന സിഫിലിസ് അതിവേഗം വ്യാപി

ക്കുന്ന ഒരു പകർച്ചവ്യാധിയുമായിരുന്നു. അപമാനം, സാമൂഹ്യമായ ഭ്രഷ്ട്, മരണം ഇവയായിരുന്നു സിഫിലിസ് രോഗികളെ കാത്തിരുന്നത്.

സ്പൈറോക്കീറ്റുകൾ എന്ന ഒരിനം ബാക്ടീരിയകളാണ് സിഫിലിസിന് കാരണം. എർലിഖിന്റെ സഹായികളിലൊരാൾ പരീക്ഷണങ്ങൾക്കിടയിൽ ആർസനിക്കിന്റെ 606-ാമത്തെ സംയുക്തം സ്പൈറോക്കീറ്റുകളിന്മേൽ പ്രയോഗിച്ചു. അവ സ്പൈറോക്കീറ്റുകളെ നശിപ്പിക്കുന്നതായി അയാൾ കണ്ടെത്തി. എർലിഖ് വിവരമറിഞ്ഞ് ഓടിയെത്തി. 1910-ൽ അദ്ദേഹം തന്നെ ഈ വിവരം ശാസ്ത്രലോകത്തെ അറിയിച്ചു.

ഈ സംയുക്തത്തിന്റെ പേര് വളരെ നീണ്ടതാണ്. ഡൈഹൈഡ്രോക്സി ഡൈഅമിനോ ആർസിനോ ബെൻസീൻ ഹൈഡ്രോക്ലോറൈഡ്. നമുക്കതു ചുരുക്കാം. ആർസിനാഫിനാമെൻ.

സാൽവർസാൻ എന്ന വ്യാപാരനാമത്തോടെയാണ് അന്ന് ഈ മരുന്ന് പുറത്തിറങ്ങിയത്. ഈ മരുന്നിന്റെ പ്രചാരണമായിരുന്നു എർലിഖിന്റെ അടുത്ത ലക്ഷ്യം. ഒരു മരുന്ന് കണ്ടെത്തുക എന്ന ഉദ്ദേശ്യത്തോടെ ഗവേഷണങ്ങൾ നടത്തി ആദ്യമായി കണ്ടുപിടിച്ച ഔഷധമാണ് സാൽവർസാൻ. ഇതിന്റെ കണ്ടുപിടിത്തത്തോടെയാണ് ആധുനിക രാസചികിത്സ തുടങ്ങുന്നത്.

മറ്റൊരു കാര്യം ഇവിടെ ഓർക്കുന്നത് രസകരമായിരുന്നു. സാൽവർസാൻ കണ്ടുപിടിക്കുന്നതിനു രണ്ട് വർഷം മുൻപ് പോൾ എർലിഖിന് നോബൽ സമ്മാനം ലഭിച്ചിരുന്നു. (1908) രോഗപ്രതിരോധ പഠനങ്ങൾക്കും രക്തത്തിലെ സിറം ഉപയോഗിച്ചുള്ള ചികിത്സാരീതിക്കുമാണ് ഈ ബഹുമതി അദ്ദേഹത്തെ തേടിവന്നത്. കൂടുതൽ വലിയ ഒരു നേട്ടം കൈവരിക്കാൻ ഈ മഹത്തായ സമ്മാനം അദ്ദേഹത്തിന് പ്രചോദനമായി എന്ന് നമുക്ക് കരുതാം.

മരുന്നുകളുടെ കുറിപ്പടികളെഴുതുന്ന ഡോക്ടർമാരും മരുന്നുകൾ കഴിക്കുന്ന രോഗികളും മരുന്നുകച്ചവടത്തിലൂടെ കോടികൾ ലാഭമുണ്ടാക്കുന്ന മരുന്നു കമ്പനികളുമെല്ലാം ഈ മഹാനായ ശാസ്ത്രജ്ഞനോട് കടപ്പെട്ടിരിക്കുന്നു എന്ന കാര്യത്തിൽ ആർക്കും എതിരഭിപ്രായമുണ്ടാവില്ല.

1915 ആഗസ്റ്റ് 20-ാം തീയതി പ്രഷ്യയിലെ ബാഡ്ഹോംബർഗിൽ വച്ച് എർലിഖ് നിര്യാതനായി.

13

ജഗദീശ് ചന്ദ്രബോസ് (1858–1937)

പതിനേഴാം നൂറ്റാണ്ടിനുശേഷം ശാസ്ത്രത്തിന്റെ മേഖലയിൽ ഒരു കുതിച്ചുചാട്ടം തന്നെ യൂറോപ്യൻ രാജ്യങ്ങൾ നടത്തി. നിർഭാഗ്യവശാൽ ഈ കാലഘട്ടത്തിൽ ഒരു എഡിസനെയോ ന്യൂട്ടനെയോ, മെൻഡലിനെയോ ലോകത്തിനു സംഭാവന ചെയ്യാൻ ഇന്ത്യക്ക് കഴിഞ്ഞില്ല. തന്റേതായ ഒരു വഴിയിലൂടെ സഞ്ചരിച്ച് അത്ഭുതകരമായ നിരവധി കണ്ടുപിടിത്തങ്ങൾ നടത്തിയ ഒരേയൊരു ഇന്ത്യൻ ശാസ്ത്രജ്ഞനാകട്ടെ അർഹി

ക്കുന്ന അംഗീകാരം കിട്ടിയതുമില്ല. ഇത് ജഗദീശ് ചന്ദ്രബോസെന്ന മഹാനായ ഇന്ത്യൻ സസ്യശാസ്ത്രജ്ഞന്റെ കഥയാണ്.

1858 നവംബർ 30-ാം തീയതി കിഴക്കൻ ബംഗാളിലെ ബിക്രംപൂരിലാണ് ജഗദീശ് ചന്ദ്രബോസ് ജനിച്ചത്. ബ്രിട്ടീഷ് സർക്കാരിനു കീഴിൽ ഡപ്യൂട്ടി മജിസ്ട്രേറ്റായിരുന്നു പിതാവായ ഭഗവൻ ചന്ദ്രബോസ്. ബ്രിട്ടീഷ് സർക്കാർ ഉദ്യോഗസ്ഥനായിരുന്നെങ്കിലും അദ്ദേഹത്തിന്റെ പിതാവ് ഒരു കടുത്ത ദേശീയവാദിയായിരുന്നു. അതിനാൽ ഒരു ഗ്രാമീണ വിദ്യാലയത്തിൽ സാധാരണക്കാരന്റെ കുട്ടികളോടൊപ്പമാണ് ജഗദീശ് ചന്ദ്രന്റെ വിദ്യാഭ്യാസം ആരംഭിച്ചത്. പിതാവിന്റെ ശിപായിയുടെ മകനായിരുന്നു അടുത്ത ചങ്ങാതി. സാധാരണക്കാരായ ഈ ചങ്ങാതിമാരാണ് സസ്യങ്ങളെയും ജന്തുക്കളെയും കുറിച്ച് സജീവമായ താൽപ്പര്യം ആ കുട്ടിയിൽ വളർത്തിയത്. വിത്തുകൾ മുളപ്പിച്ച് സസ്യങ്ങളുടെ വളർച്ച സൂക്ഷ്മമായി നിരീക്ഷിക്കലും ചെറിയ ടാങ്കുകളിൽ മത്സ്യങ്ങളെയും തവളകളെയും മറ്റും വളർത്തലുമായിരുന്നു ബോസിന്റെ ബാല്യകാല വിനോദങ്ങൾ.

പതിനൊന്നാം വയസിൽ ജഗദീശ് ചന്ദ്രബോസ് കൽക്കത്തയിലെ സെന്റ് സേവിയേഴ്സ് സ്കൂളിൽ ചേർന്നു. ബയോളജിയായിരുന്നു ഇഷ്ടവിഷയം. പിന്നീട് ആ താൽപ്പര്യം സസ്യശാസ്ത്രത്തിലേക്കും അധ്യാപകരുടെ പ്രോത്സാഹനം വഴി ഫിസിക്സിലേക്കും തിരിഞ്ഞു. ബിരുദം നേടിയശേഷം അക്കാലത്തെ എല്ലാ യുവാക്കളേയും പോലെ ബോസും ഇന്ത്യൻ സിവിൽ സർവീസിൽ ചേരാനാണ് ആഗ്രഹിച്ചത്. ഇംഗ്ലണ്ടിലായിരുന്നു പരീക്ഷ നടന്നത്. അതിനായി ലണ്ടനിലേക്ക് പോകാൻ അദ്ദേഹം പിതാവിനോട് അനുമതി ചോദിച്ചു.

മകനെ ബ്രിട്ടീഷ് സർക്കാറിനെ സേവിക്കാൻ വിടണമെന്ന് പിതാവ് ആഗ്രഹിച്ചില്ല. പകരം, ഉയർന്ന വിദ്യാഭ്യാസം നേടി അധ്യാപകവൃത്തിയിൽ പ്രവേശിക്കാനാണ് അദ്ദേഹം മകനെ ഉപദേശിച്ചത്. ഉപദേശം സ്വീകരിച്ച ബോസ് ലണ്ടനിലെത്തി, ഒരു മെഡിക്കൽകോളേജിൽ പ്രവേശനം സമ്പാദിച്ചു. എന്നാൽ അനാരോഗ്യം അദ്ദേഹത്തിന്റെ പഠനത്തിന് വിഘാതമായി. അനാട്ടമി ലാബിലെ മണവും അയാൾക്ക് ദുസ്സഹമായി അനുഭവപ്പെട്ടു. താമസിയാതെ അദ്ദേഹം വൈദ്യപഠനം ഉപേക്ഷിച്ച് കേംബ്രിഡ്ജിൽ ശാസ്ത്ര വിദ്യാർഥിയായി. കേംബ്രിഡ്ജിൽ പ്രശസ്ത ശാസ്ത്രജ്ഞനായ റാലി പ്രഭുവിന്റെ ശിഷ്യനാവാൻ അദ്ദേഹത്തിന് കഴിഞ്ഞു. 1884-ൽ ഉയർന്ന മാർക്കോടെ ഫിസിക്സ് കെമിസ്ട്രി ബോട്ടണി പരീക്ഷകൾ പാസായി.

ഇന്ത്യയിൽ തിരിച്ചെത്തിയ ബോസ് 1885-ൽ കൽക്കത്തയിലെ പ്രസിഡൻസി കോളേജിൽ ഫിസിക്സ് അധ്യാപകനായി ചേർന്നു. അവിടെ നല്ല നിലയിലുള്ള ഒരു ഫിസിക്സ് ലബോറട്ടറി സജ്ജീകരിക്കുകയായിരുന്നു അദ്ദേഹത്തിന്റെ പ്രഥമലക്ഷ്യം. അതിൽ അദ്ദേഹം വിജയിച്ചു.

അന്ന് പ്രസിഡൻസി കോളേജിൽ ഇന്ത്യാക്കാരായ അധ്യാപകർക്ക്

വെള്ളക്കാരുടേതിനെക്കാൾ കുറഞ്ഞ ശമ്പളമാണ് നൽകിയിരുന്നത്. കടുത്ത ദേശീയവാദിയായ ബോസിന് ഈ അനീതി സഹിക്കാൻ കഴിഞ്ഞില്ല. കുറഞ്ഞ നിരക്കിലുള്ള ശമ്പളം കൈപ്പറ്റാൻ അദ്ദേഹം കൂട്ടാക്കിയില്ല. മൂന്നുവർഷം അദ്ദേഹം പ്രസിഡൻസി കോളേജിൽ ശമ്പളമില്ലാതെ ജോലി ചെയ്തു. ഒടുവിൽ അധികൃതർ വഴങ്ങി. ഇന്ത്യൻ അധ്യാപകർക്കും ഇംഗ്ലീഷുകാർക്ക് നൽകിയിരുന്ന ശമ്പളം തന്നെ നൽകാൻ തയാറായി.

തന്റെ പരീക്ഷണശാലയിൽ ആവശ്യമായ പല ഉപകരണങ്ങളും ഇന്ത്യയിൽ ലഭിക്കാനില്ലെന്നത് അദ്ദേഹത്തെ വിഷമിപ്പിച്ചു. എങ്കിലും നിരാശനായി പിന്മാറാൻ ബോസ് തയാറായില്ല. തനിക്കാവശ്യമായ ഉപകരണങ്ങൾ സ്വയം നിർമിക്കാനും അദ്ദേഹം തയാറായി.

വൈദ്യുതിയായിരുന്നു അദ്ദേഹത്തിന്റെ ആദ്യത്തെ ഗവേഷണ മേഖല. വൈദ്യുതകാന്തിക തരംഗങ്ങളെ വായുവിലൂടെ പ്രേക്ഷണം ചെയ്യാൻ സഹായിക്കുന്ന ഒരു ഉപകരണം അദ്ദേഹം നിർമിച്ചു. ഇതേ സമയത്ത് തന്നെ ഇറ്റലിയിൽ മാർക്കോണിയും കമ്പിയുടെ സഹായമില്ലാതെ വൈദ്യുത സിഗ്നലുകൾ പ്രേക്ഷണം ചെയ്യാനുള്ള ശ്രമങ്ങൾ നടത്തിയിരുന്നു. 1895–ൽ ബോസ് ഇതിൽ വിജയിച്ചു. കൽക്കത്താ ടൗൺഹാളിൽ അദ്ദേഹം തന്റെ കണ്ടുപിടിത്തം പ്രദർശിപ്പിക്കുകയും ചെയ്തു. 1896 ലാണ് മാർക്കോണിക്ക് ഇത് സാധിച്ചത്. 1896–ൽ ലണ്ടനിലെ റോയൽ സൊസൈറ്റി ഡോക്ടറേറ്റ് നൽകിയിട്ടു പോലും ബോസിന്റെ കണ്ടുപിടിത്തത്തിന് അർഹിക്കുന്ന അംഗീകാരം കിട്ടിയില്ല. അതേസമയം മാർക്കോണി അംഗീകാരവും സമ്പത്തും നേടി. പുറകെ, നോബൽ സമ്മാനവും.

പുരാതനഭാരതീയ ഋഷിമാരെപ്പോലെ, ജ്ഞാനസമ്പാദനവും അധ്യാപനവും ജീവിതലക്ഷ്യമാക്കി സ്വീകരിച്ച ജഗദീശ് ചന്ദ്രബോസ് തന്റെ കണ്ടുപിടിത്തത്തിന്റെ പേറ്റന്റ് നേടാൻ ശ്രമിക്കാതിരുന്നതാണ് വിനയായത്. കണ്ടുപിടിത്തങ്ങൾ മാനവരാശിക്കാകമാനം അവകാശപ്പെട്ടതാണെന്നും അത് തനിക്ക് സ്വകാര്യമാക്കി വയ്ക്കാനധികാരമില്ലെന്നും അദ്ദേഹം വിശ്വസിച്ചു.

ക്രമേണ ബോസിന്റെ ശ്രദ്ധ സസ്യങ്ങളിലേക്ക് തിരിഞ്ഞു. ജന്തുക്കളെ അപേക്ഷിച്ച് മിക്ക സസ്യങ്ങളുടെയും വളർച്ച വളരെ സാവധാനത്തിലാണല്ലോ. സസ്യവളർച്ച രേഖപ്പെടുത്താനുള്ള ഒരു ഉപകരണം അദ്ദേഹം നിർമിച്ചു. 'ക്രെസ്കോ ഗ്രാഫ്' എന്നായിരുന്നു അതിന്റെ പേര്.

വിവിധ വസ്തുക്കളിലൂടെ വൈദ്യുതി കടന്നുപോവുമ്പോൾ അവയിലുണ്ടാവുന്ന സൂക്ഷ്മസ്പന്ദനങ്ങൾ രേഖപ്പെടുത്താവുന്ന ഒരു ഉപകരണവും അദ്ദേഹം നിർമിച്ചു. ഇന്നത്തെ റഡാറിന്റെ ആദിമരൂപമായിരുന്നു അത്. സസ്യകോശങ്ങളിലൂടെയും ബോസ് വൈദ്യുതി കടത്തിവിട്ട് പരീക്ഷണം നടത്തി. ശക്തമായ പ്രതികരണങ്ങൾ സസ്യങ്ങളിൽ ഉണ്ടാവുന്നതായി അദ്ദേഹം കണ്ടെത്തി.

ഉത്തേജനങ്ങൾക്കനുസൃതമായി സസ്യങ്ങളിലുണ്ടാവുന്ന പ്രതികരണങ്ങൾ രേഖപ്പെടുത്താൻ സഹായിക്കുന്ന 'റെസൊനെന്റ് റെക്കോർഡർ' എന്ന ലോലമായ ഒരു ഉപകരണവും ബോസ് നിർമിച്ചു. ഇതിനു പുറമെ ഓസിലേറ്റിങ് റിക്കോർഡർ, ഡെത്ത് റെക്കോർഡർ എന്നീ ഉപകരണങ്ങളും അദ്ദേഹം കണ്ടുപിടിച്ചു. ഇവയുടെ സഹായത്തോടെ സസ്യങ്ങളും വികാരവിക്ഷോഭങ്ങൾക്ക് ഇരയാവാറുണ്ടെന്നും വിഷം പോലുള്ള വസ്തുക്കൾ അവയേയും കൊല്ലുമെന്നും അദ്ദേഹം തെളിയിച്ചു.

സസ്യചലനങ്ങളെക്കുറിച്ചും അദ്ദേഹം വിശദമായി പഠിച്ചു. വളർച്ചയിലുണ്ടാവുന്ന ഏറ്റക്കുറച്ചിലുകളാണ് സസ്യങ്ങൾക്ക് വളവുകളും ഒടിവുകളും നൽകുന്നതെന്ന് അദ്ദേഹം അഭിപ്രായപ്പെട്ടു. താമര, സൂര്യകാന്തി തുടങ്ങിയ പൂക്കളുടെ സവിശേഷമായ പെരുമാറ്റങ്ങൾക്ക് കാരണം പ്രകാശസാന്ദ്രതയിലുണ്ടാവുന്ന വ്യത്യാസമാണെന്നും അദ്ദേഹം തെളിയിച്ചു.

തന്റെ കണ്ടുപിടിത്തങ്ങളുമായി ബോസ് യൂറോപ്പും അമേരിക്കയും സന്ദർശിച്ചു. അവിടെ ശാസ്ത്രജ്ഞരുടെ മുന്നിൽ തന്റെ കണ്ടെത്തലുകൾ പ്രദർശിപ്പിച്ചു. അത്ഭുതാവഹമായിരുന്നു അദ്ദേഹത്തിനു കിട്ടിയ സ്വീകരണം. ശാസ്ത്രജ്ഞന്മാരും ചിന്തകരും അദ്ദേഹത്തെ പ്രശംസകൊണ്ട് മൂടി. അദ്ദേഹത്തെ പരിചയപ്പെടാൻ പരസ്പരം മത്സരിച്ചു.

ഗവേഷകൻ, അധ്യാപകൻ എന്നതിനു പുറമെ ബോസ് നല്ലൊരു പ്രഭാഷകനുമായിരുന്നു. യൂറോപ്പിലും അമേരിക്കയിലും അദ്ദേഹം പ്രഭാഷണ പര്യടനങ്ങൾ നടത്തി. അവിടങ്ങളിലെ മികച്ച ഗവേഷണശാലകൾ സന്ദർശിക്കാൻ ഈ സന്ദർഭങ്ങൾ അദ്ദേഹം ഉപയോഗപ്പെടുത്തി. നല്ലൊരു ഗവേഷണശാല കൽക്കത്തയിൽ സ്ഥാപിക്കുകയെന്നത് അദ്ദേഹത്തിന്റെ ജീവിതാഭിലാഷമായിരുന്നു. ജോലിയിൽ നിന്ന് വിരമിച്ചതിനുശേഷമാണ് അദ്ദേഹത്തിനത് സാധിച്ചത്.

1917–ൽ കൽക്കത്തയിൽ ബോസ് തന്റെ ഗവേഷണസ്ഥാപനം തുടങ്ങി. 'അറിവ് തേടുന്ന ഏതൊരാൾക്കും ഇങ്ങോട്ടു വരാം,' ഉൽഘാടന സമയത്ത് അദ്ദേഹം ഇങ്ങനെയാണ് പ്രഖ്യാപിച്ചത്. അനേകം ശാസ്ത്രജ്ഞരെ വളർത്തി, ഇന്ത്യയിൽ ശാസ്ത്രഗവേഷണത്തിന്റെ വളർച്ചയിൽ വളരെ പ്രധാനപ്പെട്ട പങ്കുവഹിച്ച ആ സ്ഥാപനം ഇന്നും നിലനിൽക്കുന്നു. ഇന്നതിന്റെ പേര് 'ആചാര്യ ജെ സി ബോസ് ശതാബ്ദി സ്മാരക ഗവേഷണ കേന്ദ്രം' എന്നാണ്.

തന്റെ വിദ്യാർഥികൾ കേവലം പരീക്ഷകൾ ജയിച്ചാൽ മാത്രം പോരെന്നും സ്വതന്ത്രചിന്തകരായി വളരണമെന്നും ബോസിന് നിർബന്ധമായിരുന്നു. ഇന്ത്യൻ നാഷണൽ സയൻസ് അക്കാഡമിയുടെ സ്ഥാപകരിലൊരാളും ജഗദീശ് ചന്ദ്രബോസായിരുന്നു. ശാസ്ത്രരംഗത്ത് നൽകിയ സംഭാവനകളെ മാനിച്ച് ഇംഗ്ലണ്ടിലെ റോയൽ സൊസൈറ്റി അദ്ദേഹത്തെ ഫെലോ ആയി തെരഞ്ഞെടുത്തു.

ജീവിതാവസാനം വരെ ബോസ് തന്റെ ഗവേഷണങ്ങൾ തുടർന്നു. വലിയ വൃക്ഷങ്ങളെ ബോധം കെടുത്തി ഒരിടത്തുനിന്നും പറിച്ചെടുത്ത്

മറ്റൊരിടത്ത് മാറ്റിനടാമെന്ന് അദ്ദേഹം കാണിച്ചത്, സസ്യശാസ്ത്രലോകത്ത് മറ്റൊരതിശയമായി.

ശാസ്ത്രത്തിനു പുറമെ സാഹിത്യത്തേയും പ്രണയിച്ചിരുന്ന ബോസ് രബീന്ദ്രനാഥ ടാഗോറുമായി അടുത്ത ബന്ധം പുലർത്തിയിരുന്നു. *കാബൂളിവാലാ*യുൾപ്പെടെ തന്റെ പ്രശസ്തമായ പല കഥകളും എഴുതുന്നതിനു മുൻപേ ടാഗോർ ബോസിന് പറഞ്ഞു കൊടുത്തിരുന്നത്രെ.

1930–ൽ സി വി രാമന് നോബൽ സമ്മാനം ലഭിക്കുമ്പോൾ ബോസ് ഇന്ത്യൻ ശാസ്ത്രരംഗത്ത് നിറഞ്ഞു നിൽപ്പുണ്ടായിരുന്നു. എന്നിട്ടും എന്തു കൊണ്ട് ബോസിന് നോബൽ സമ്മാനം ലഭിച്ചില്ല എന്നത് ഉത്തരമില്ലാത്ത ഒരു ചോദ്യമായി അവശേഷിക്കുന്നു.

ഇന്ത്യയിൽ ശാസ്ത്രഗവേഷണത്തിന് അടിത്തറ പാകിയത് ജഗദീശ് ചന്ദ്രബോസാണ്. എന്നാൽ അദ്ദേഹത്തിന്റെ പാത പിന്തുടരാൻ ഭാരതീയ ശാസ്ത്രജ്ഞർ അധികമുണ്ടായില്ല എന്നത് ദുഃഖകരമായ ഒരു വസ്തുതയാണ്. 1937 നവംബർ 23–ാം തീയതി ഭാരതത്തിന്റെ ഈ മഹാനായ പുത്രൻ ഇഹലോകവാസം വെടിഞ്ഞു.

14

തോമസ് ഹണ്ട് മോർഗൻ (1866–1945)

ഇരുപതാം നൂറ്റാണ്ടിനോടൊപ്പം പിറവിയെടുത്തു വളരാൻ തുടങ്ങിയ ജനിതകശാസ്ത്രത്തിന് ഏറ്റവും വലിയ സംഭാവനകൾ നൽകിയ ഗവേഷകരിൽ ഒരാളാണ് തോമസ് ഹണ്ട് മോർഗൻ. പാരമ്പര്യസ്വഭാവ നിർണയത്തിൽ ജീനുകളുടെ പങ്ക് തിരിച്ചറിഞ്ഞു എന്നതാണ് മോർഗന്റെ ഏറ്റവും വലിയ നേട്ടം.

അമേരിക്കയിലെ കെന്റക്കി സംസ്ഥാനത്തിലെ ലെക്സിങ്ടൺ നഗ

രത്തിലാണ് 1866–ൽ തോമസ് ഹണ്ട് മോർഗൻ ജനിച്ചത്. അച്ഛൻ ഇറ്റലിയിലെ അമേരിക്കൻ അമ്പാസിഡറായിരുന്നു. 1866–ൽ കെന്റക്കി സർവകലാശാലയിൽ നിന്ന് ജന്തുശാസ്ത്രത്തിൽ ബിരുദവും 1890–ൽ ജോൺ ഹോപ്കിൻസ് സർവകലാശാലയിൽ നിന്ന് ഡോക്ടറേറ്റും നേടി. ഡോക്ടറേറ്റ് നേടിയതിനുശേഷം കുറച്ചുകാലം ഇറ്റലിയിലെ നേപ്പിൾസിൽ ഗവേഷണം നടത്തി. 1891 മുതൽ 1904 വരെ പെൻസിൽവാനിയയിലെ ബ്രമാൻ ബാവർ കോളേജിൽ അസോസിയേറ്റ് പ്രൊഫസറായി ജോലി ചെയ്തു. 1904–ൽ അമേരിക്കയിലെ കൊളംബിയ സർവകലാശാലയിൽ പ്രൊഫസറായി ചേർന്നു. അവിടെ തന്റെ വിദ്യാർഥിനിയായിരുന്ന ലിലിയൻ സാംപ്സനെ അദ്ദേഹം വിവാഹം ചെയ്തു.

ഭ്രൂണ വിജ്ഞാനീയമായിരുന്നു മോർഗന്റെ ആദ്യകാലഗവേഷണങ്ങളുടെ മേഖല. ഈ വിഷയത്തിലെ അന്നത്തെ പ്രമുഖ ഗവേഷണ കേന്ദ്രങ്ങൾ സന്ദർശിക്കാൻ മോർഗൻ ഒരു യൂറോപ്യൻ പര്യടനം നടത്തി. ഈ യാത്രയ്ക്കിടയിലാണ് ആംസ്റ്റർഡാമിൽ വച്ച് പ്രശസ്ത ശാസ്ത്രജ്ഞനായ ഹ്യൂഗോ ഡിവ്രിസിനെ പരിചയപ്പെടുന്നത്. ഡിവ്രിസുമായുള്ള പരിചയം മോർഗന്റെ ജീവിതത്തിൽ ഒരു വഴിത്തിരിവായി.

ഹ്യൂഗോ ഡിവ്രിസ് അന്നു തന്നെ പ്രസിദ്ധനായിരുന്നു. സസ്യശാസ്ത്രജ്ഞനായ ഡിവ്രിസ് സസ്യങ്ങളിലെ പാരമ്പര്യ സ്വഭാവങ്ങളുടെ കൈമാറ്റത്തെക്കുറിച്ച് പഠിക്കുകയും മെൻഡലിന്റെ നിയമങ്ങൾ സ്വന്തം നിലയ്ക്ക് കണ്ടെത്തുകയും ചെയ്തു. ജീവികളിൽ ആകസ്മികമായി ഉണ്ടാവുന്നതും പാരമ്പര്യമായി കൈമാറ്റം ചെയ്യപ്പെടുകയും ചെയ്യുന്ന മാറ്റങ്ങളാണ് ജീവപരിണാമത്തിന് കാരണം എന്നൊരു സിദ്ധാന്തവും ഡിവ്രിസ് മുന്നോട്ടു വച്ചിരുന്നു. ഇത്തരം മാറ്റങ്ങളെ അദ്ദേഹം മ്യൂട്ടേഷൻ എന്നു വിളിച്ചു. മ്യൂട്ടേഷൻ സിദ്ധാന്തം വളരെ വേഗം അംഗീകാരം നേടുകയും അത് ഡാർവിനിസത്തിന് ചെറിയ തോതിൽ മങ്ങലേൽപ്പിക്കുകയും ചെയ്തു. ഈ സന്ദർഭത്തിലാണ് ഡിവ്രിസും മോർഗനും തമ്മിൽ അടുക്കുന്നത്.

ഡിവ്രിസ് സസ്യങ്ങളിൽ ചെയ്തതുപോലുള്ള പരീക്ഷണങ്ങൾ ജന്തുക്കളിൽ നടത്തണമെന്ന് മോർഗൻ തീരുമാനിച്ചു. താൻ ജോലി ചെയ്തിരുന്ന കൊളമ്പിയ സർവകലാശാലയിലാണ് അദ്ദേഹം ഗവേഷണങ്ങൾ തുടങ്ങിയത്. പരിണാമപരമായും പാരമ്പര്യപരവുമായുള്ള തന്റെ പരീക്ഷണങ്ങൾക്ക് എലികളെയാണ് അദ്ദേഹം ആദ്യം തെരഞ്ഞെടുത്തത്. അവ പരിസ്ഥിതിയോട് എങ്ങനെ ഇണങ്ങുന്നു, എങ്ങനെ പ്രതികൂല ചുറ്റുപാടുകളെ അതിജീവിക്കുന്നു എന്നെല്ലാമായിരുന്നു ആദ്യത്തെ പഠന വിഷയങ്ങൾ. എന്നാൽ സംഗതി ഉദ്ദേശിച്ച വേഗത്തിൽ നീങ്ങിയില്ല. അങ്ങനെയിരിക്കുമ്പോഴാണ് 1907–ൽ അദ്ദേഹത്തിന്റെ ശ്രദ്ധ കനിയീച്ച (fruitfly) അഥവാ ഡ്രോസോഫിലയിലേക്ക് തിരിഞ്ഞത്.

ശേഖരിക്കാനും വളർത്താനും വളരെ എളുപ്പമുള്ള ജീവികളാണ് ഡ്രോസോഫില. വ്യക്തമായ ആൺപെൺവ്യത്യാസങ്ങൾ ഇവയുടെ

പ്രത്യേകതയാണ്. കേവലം രണ്ടുജോഡി ക്രോമസോമുകൾ മാത്രമാണ് അവയ്ക്കുള്ളത്. അതിനാൽ പഠനം നടത്താനും എളുപ്പമാണ്. പക്ഷേ മോർഗനെ ഏറ്റവുമധികം സഹായിച്ചത് ഡ്രോസോഫിലയുടെ ഹ്രസ്വമായ ജീവിതചക്രമാണ്. പത്തുപന്ത്രണ്ട് ദിവസംകൊണ്ട് ഒരു പുതിയ തലമുറയെ ലഭിക്കും. മാത്രമല്ല ഒരു ജോഡി ഈച്ചകൾ നൂറുകണക്കിന് സന്തതികളെ ഉൽപ്പാദിപ്പിക്കും.

ജീവികളിലെ പാരമ്പര്യ സ്വഭാവത്തിനാധാരമെന്ന് മെൻഡൽ സങ്കൽപ്പിച്ച ജീനുകൾ കോശമർമത്തിനകത്തെ ക്രോമസോമുകളിലാണ് സ്ഥിതി ചെയ്യുന്നതെന്ന് മോർഗന് തെളിയിക്കാൻ കഴിഞ്ഞു. മാലയിൽ മുത്തുകൾ എന്നതുപോലെയാണ് ജീനുകൾ സ്ഥിതിചെയ്യുന്നതെന്നും അദ്ദേഹം തെളിയിച്ചു. ഈ സ്ഥാനങ്ങൾ സ്ഥിരമാണെന്നും അദ്ദേഹം പറഞ്ഞു. ഡ്രോസോഫിലയിലെ രണ്ട് ജോഡി ക്രോമസോമുകളിലെ എല്ലാ ജീനുകളുടെയും സ്ഥാനമടങ്ങിയ ഒരു ജീൻമാപ്പും മോർഗനും സഹപ്രവർത്തകരും തയാറാക്കി. ജനിതകശാസ്ത്രത്തിന്റെ ഇന്നത്തെ വളർച്ചയുമായി താരതമ്യം ചെയ്യുമ്പോൾ ആ രൂപരേഖ അപൂർണമാണെന്ന് പറയാം. പക്ഷേ, അന്നത്തെ ചുറ്റുപാടിൽ അത് വലിയൊരു നേട്ടമായിരുന്നു. ഡ്രോസോഫിലയുടെ ഓരോ ക്രോമസോമിലും കുറഞ്ഞത് ആയിരം ജീനുകളെങ്കിലും ഉണ്ടാവുമെന്ന് അദ്ദേഹം പ്രസ്താവിച്ചു.

ചില പാരമ്പര്യ ലക്ഷണങ്ങൾ ഒന്നുകിൽ ആൺജീവിയിൽ അല്ലെങ്കിൽ പെൺജീവിയിൽ മാത്രം പ്രത്യക്ഷപ്പെടുന്നത് അന്ന് ശാസ്ത്രജ്ഞരെ കുഴക്കിയ ഒരു പ്രശ്നമായിരുന്നു. പാരമ്പര്യ രോഗമായ ഹീമോഫീലിയ ഒരു ഉദാഹരണമാണ്. ചെറിയ മുറിവുകൾപോലും അമിതമായ രക്തസ്രാവത്തിന് കാരണമാവുന്ന ഈ രോഗം പുരുഷന്മാരിൽ മാത്രമേ കാണാറുള്ളൂ. ഇതിന് ഉത്തരം കണ്ടെത്തിയത് മോർഗനാണ്. ഇത്തരം ലക്ഷണങ്ങൾക്കാധാരം ലൈംഗിക ക്രോമസോമുകളിൽ സ്ഥിതി ചെയ്യുന്ന ജീനുകളാണെന്ന് അദ്ദേഹം തെളിയിച്ചു. ഡ്രോസോഫിലകളിൽ ആണീച്ചകളിൽ മാത്രം കാണുന്ന വെള്ളക്കണ്ണ് എന്ന ലക്ഷണത്തെ കേന്ദ്രീകരിച്ചാണ് അദ്ദേഹം പഠനം നടത്തിയത്. ഇതിന്റെ ജീനുകൾ സ്ഥിതി ചെയ്യുന്നത് X- ക്രോമസോമുകളിലാണെന്ന് അദ്ദേഹം തെളിയിച്ചു. ഇതു തന്നെയാണ് ഹീമോഫീലിയ, വർണാന്ധത തുടങ്ങിയ രോഗങ്ങളുടെ കാര്യത്തിലും സംഭവിക്കുന്നത്.

മ്യൂട്ടേഷന്റെ അഥവാ ഉൽപ്പരിവർത്തനത്തിന്റെ ശരിയായ സ്വഭാവം വ്യക്തമാക്കിയതാണ് അദ്ദേഹത്തിന്റെ മറ്റൊരു നേട്ടം. കണ്ണുകളുടെ നിറം, ശരീരത്തിന്റെ നിറം, ചിറകുകളുടെ ആകൃതി തുടങ്ങിയ സ്വഭാവലക്ഷണങ്ങളിൽ നൂറിലധികം മ്യൂട്ടേഷനുകൾ ഡ്രോസോഫിലയിൽ ഉള്ളതായി അദ്ദേഹം കണ്ടെത്തി. എന്നാൽ ഇത്തരം മ്യൂട്ടേഷനുകളെക്കുറിച്ച് ഡിവ്രിസിന്റെ സിദ്ധാന്തങ്ങൾ ശരിയല്ലെന്നും അദ്ദേഹം തെളിയിച്ചു. ഒറ്റയൊറ്റ മ്യൂട്ടേഷനുകൾ പുതിയ സ്പീഷീസുണ്ടാവാൻ കാരണമാവുന്നു എന്നായിരുന്നു ഡിവ്രിസിന്റെ വാദം. എന്നാൽ ഡാർവിൻ കണ്ടെത്തിയ വിപ

രീത ലക്ഷണങ്ങളും ചെറിയ ചെറിയ വ്യതിയാനങ്ങളും മ്യൂട്ടേഷന് കാരണമാവുന്നു എന്ന് മോർഗൻ തെളിയിച്ചു. തുടർച്ചയായുണ്ടാവുന്ന മ്യൂട്ടേഷനുകൾ പുതിയ ജീവിവർഗത്തിന്റെ രൂപീകരണത്തിന് കാരണമാവുന്നു. അങ്ങനെ, അന്നുവരെ പരസ്പര വിരുദ്ധമെന്ന് കരുതപ്പെട്ടിരുന്ന ഡിവ്രിസിന്റെ മ്യൂട്ടേഷൻ സിദ്ധാന്തവും ഡാർവിന്റെ പ്രകൃതി നിർധാരണ സിദ്ധാന്തവും തമ്മിൽ ഒരു ഒത്തുതീർപ്പുണ്ടാക്കാൻ മോർഗൻ വഴിയൊരുക്കി.

ഗവേഷകൻ എന്നതിനു പുറമെ നല്ലൊരു എഴുത്തുകാരൻ കൂടിയായിരുന്നു മോർഗൻ. *മെൻഡേലിയൻ പാരമ്പര്യ സിദ്ധാന്തത്തിന്റെ പ്രവർത്തനം* എന്ന അദ്ദേഹത്തിന്റെ ആദ്യ കൃതി 1915 ലാണ് പ്രസിദ്ധീകരിച്ചത്. മെൻഡലിസത്തെക്കുറിച്ചുള്ള ആദ്യത്തെ ശ്രദ്ധേയമായ കൃതിയായിരുന്നു ഇത്. *ജീൻ സിദ്ധാന്തം, പരിണാമവും ജനിതകവും, പരീക്ഷണാത്മക ഭ്രൂണവിജ്ഞാനം* എന്നിവയാണ് മറ്റുപ്രധാന കൃതികൾ. ഇവ ഓരോന്നും അതാത് മേഖലകളിൽ ഇന്നും ആധികാരിക ഗ്രന്ഥങ്ങളാണ്.

1924–ൽ മോർഗന് ഡാർവിൻമെഡൽ സമ്മാനിക്കപ്പെട്ടു. 1933–ൽ അദ്ദേഹത്തിന്റെ ഗവേഷകജീവിതം നോബൽ സമ്മാനത്താൽ ആദരിക്കപ്പെട്ടു. ജീവിതത്തിന്റെ അവസാന ദിവസങ്ങളിലും മോർഗൻ തന്റെ ഗവേഷണങ്ങൾ തുടർന്നു. ശാസ്ത്രത്തിനായി പൂർണമായും സമർപ്പിച്ച ആ പ്രതിഭ 1945 ഡിസംബർ നാലിന് കാലിഫോർണിയയിൽ വച്ച് നിര്യാതനായി. ജീവശാസ്ത്രത്തിലും വൈദ്യശാസ്ത്രത്തിലുമായി ആദ്യമായി നോബൽ സമ്മാനം നേടുന്ന അമേരിക്കയിൽ ജനിച്ച അമേരിക്കക്കാരനാണ് ടി എച്ച് മോർഗൻ. സ്വന്തമായി കുറേ കണ്ടുപിടിത്തങ്ങൾ നടത്തി എന്നുമാത്രമല്ല, ജനിതകശാസ്ത്രഗവേഷണത്തിൽ, ഡ്രോസോഫിലയെപ്പോലുള്ള ചെറുജീവികളെ ഉപയോഗിക്കുക വഴി, തന്റെ പിൻഗാമികൾക്ക് പുതിയൊരു വഴിത്താര തുറന്നു കൊടുത്തു എന്നതുമാണ് മോർഗന്റെ മഹത്വം.

15

ആൽഫ്രഡ് വെഗ്നർ (1880–1930)

ഭൂമിയുടെ ചലനത്തെക്കുറിച്ചു നമുക്കെല്ലാമറിയാം. ഭൂകമ്പമെന്ന അപകടകാരിയായ ചലനത്തെക്കുറിച്ചു നേരിട്ടനുഭവമില്ലെങ്കിലും നമ്മൾ മലയാളികൾക്കു വായിച്ചും ദൃശ്യമാധ്യമങ്ങൾ കണ്ടും അറിവുണ്ട്. എന്നാൽ ഓരോ ഭൂഖണ്ഡവും അതിന്റേതായ രീതിയിൽ ചലിച്ചുകൊണ്ടിരിക്കുന്നു എന്നു കേൾക്കുമ്പോഴോ? വിശ്വസിക്കാൻ അൽപ്പം പ്രയാസം കാണും അല്ലേ? പക്ഷേ, സത്യമാണ്. നിങ്ങൾ ഇത് വായി

ക്കുന്ന സമയത്ത്, ഇന്ത്യാ ഉപഭൂഖണ്ഡം സാവധാനം ഉത്തരദിശയിലേക്ക് നീങ്ങുന്നുണ്ട്. വേഗതയെത്രയാണെന്നോ? ഒരു വർഷത്തിൽ 5 മുതൽ 6 സെ.മി വരെ. വൻകരകളുടെ ഈ ചലനത്തെക്കുറിച്ച് ആദ്യമായി ഒരു സിദ്ധാന്തം മുന്നോട്ടു വച്ച ശാസ്ത്രജ്ഞനാണ് ആൽഫ്രഡ് വാഗ്നർ.

1880 നവംബർ ഒന്നാം തീയതി ജർമനിയിലെ ബർലിനിലാണ് ആൽഫ്രഡ് വെഗ്നർ ജനിച്ചത്. 1905-ൽ ബർലിൻ യൂണിവേഴ്സിറ്റിയിൽ നിന്നും ജ്യോതിശാസ്ത്രത്തിൽ പി എച്ച് ഡി നേടി. ഡോക്ടറേറ്റ് നേടിയെങ്കിലും ജ്യോതിശാസ്ത്രത്തിൽ തുടർന്ന് എന്തെങ്കിലും ചെയ്യാൻ അദ്ദേഹം താൽപ്പര്യം കാണിച്ചില്ല. അദ്ദേഹത്തിന്റെ മൂത്ത സഹോദരൻ ഒരു കാലാവസ്ഥാ ശാസ്ത്രജ്ഞനായിരുന്നു. ആൽഫ്രഡും സഹോദരനോടൊപ്പം കാലാവസ്ഥാസംബന്ധിയായ ചർച്ചകളിലും പഠനങ്ങളിലും മുഴുകി. അന്ന് താരതമ്യേന പുതിയ ശാസ്ത്രശാഖയായ കാലാവസ്ഥാ ശാസ്ത്രം പഠിക്കാൻ യുവാക്കളായ ശാസ്ത്രജ്ഞർ വളരെയധികം താൽപ്പര്യം കാണിച്ചിരുന്നു. ഏറോനോട്ടിക്കൽ നിരീക്ഷണശാലയിൽ കുറച്ചുനാൾ അന്തരീക്ഷത്തിന്റെ ഉയർന്ന തലങ്ങളെക്കുറിച്ച് പഠിക്കുവാനും വെഗ്നർക്ക് അവസരം കിട്ടി.

വിദ്യാർഥിയായിരുന്ന കാലത്ത് തന്നെ ഗ്രീൻലാൻഡിലേക്കുള്ള പര്യവേക്ഷണ യാത്രകളെക്കുറിച്ച് വെഗ്നർ ധാരാളം വായിച്ചിരുന്നു. ഗ്രീൻലാൻഡിലേക്ക് ഒരു യാത്ര അദ്ദേഹത്തിനു ഒരു സ്വപ്നം തന്നെയായിരുന്നു. 1906-ൽ സ്വപ്നം സഫലമായി ഗ്രീൻലാൻഡിലേക്കുള്ള ഒരു ഡാനിഷ് പര്യവേക്ഷണ സംഘത്തിൽ വെഗ്നറും അംഗമായി. 1908-ൽ തിരിച്ചെത്തിയ അദ്ദേഹം മാർബർഗിൽ അധ്യാപകനായി ചേർന്നു. 1914-ൽ ഒന്നാം ലോകമഹായുദ്ധം തുടങ്ങിയപ്പോൾ വെഗ്നർ പട്ടാളത്തിൽ ചേർന്നു. ഗുരുതരമായി മുറിവേറ്റതിനാൽ അടുത്ത വർഷംതന്നെ യുദ്ധരംഗത്ത് നിന്നും തിരിച്ചുവരേണ്ടിവന്നു. പ്രവർത്തനരംഗം കാലാവസ്ഥാശാസ്ത്രമായിരുന്നെങ്കിലും ഭൂഖണ്ഡങ്ങളുടെ നീക്കങ്ങളെക്കുറിച്ചുള്ള ചിന്ത കുറേ നാളായി അദ്ദേഹത്തിന്റെ മനസിലുണ്ടായിരുന്നു. 1912-ൽ ഈ വിഷയത്തെക്കുറിച്ച് ഒരു പ്രഭാഷണം അദ്ദേഹം നടത്തിയിരുന്നു. 1915-ൽ *വൻകരകളുടെ ഉത്ഭവം* എന്ന പേരിൽ ഒരു ചെറുപുസ്തകം അദ്ദേഹം പ്രസിദ്ധീകരിച്ചു.

പണ്ടു പണ്ട് വളരെ പണ്ട് ഏകദേശം 200 മില്യൺ വർഷങ്ങൾക്ക് മുൻപ് മിസോസോയിക് യുഗത്തിൽ ഇന്നത്തെപ്പോലെ കുറേ വൻകരകൾ ഉണ്ടായിരുന്നില്ല. ഇന്നു കാണുന്ന എല്ലാ വൻകരകളും ഒന്നായി ചേർന്ന ഒറ്റ വലിയ വൻകര മാത്രം. ഈ ആദിമ മഹാവൻകരയെ വെഗ്നർ 'പാൻജിയ' എന്നാണ് പേര് നൽകിയത്. ഈ മഹാവൻകരയ്ക്ക് ചുറ്റും അലതല്ലിയിരുന്ന മഹാസമുദ്രമായിരുന്നു 'പന്തലാസ'. പാൻജിയ പല കഷണങ്ങളായി പിരിയുകയും പരസ്പരം അകന്ന് ഇന്നു കാണുന്ന

സ്ഥാനങ്ങളിലെത്തി എന്നും വെഗ്നറുടെ സിദ്ധാന്തം പറയുന്നു. ഇത് സ്ഥാപിക്കാനാവശ്യമായ തെളിവുകളും വെഗ്നർ മുന്നോട്ടു വച്ചിരുന്നു.

ആഫ്രിക്കയുടെ പടിഞ്ഞാറൻ തീരവും തെക്കെ അമേരിക്കയുടെ കിഴക്കൻ തീരവും തമ്മിലുള്ള സാദൃശ്യം അദ്ദേഹം എടുത്തുകാട്ടി. അടുത്തടുത്ത് ചേർത്തുവച്ചാൽ അവ പരസ്പരം പൂരകമല്ലേ? വിശാലമായ സമുദ്രത്തിന്റെ രണ്ടു ഭാഗത്തായി കിടക്കുന്ന കരകൾ തമ്മിൽ സാമ്യം വരണമെങ്കിൽ, അവ ഒന്നിൽനിന്നും വിഭജിച്ചു പോയതുകൊണ്ടായിരിക്കണമല്ലോ? മറ്റൊരു തെളിവ് അദ്ദേഹം ചൂണ്ടിക്കാണിക്കുന്ന ഫോസിലുകളാണ്. ദക്ഷിണ അമേരിക്കയിലെ ബ്രസീലിൽ നിന്നും പടിഞ്ഞാറൻ ആഫ്രിക്കയിലെ ചില പ്രദേശങ്ങളിൽ നിന്നും ഒരേ തരത്തിലുള്ള ഫോസിലുകൾ ലഭിച്ചിട്ടുണ്ട്. ഇവ ഒന്നായിരുന്ന കാലത്ത് ഒരേ തരത്തിലുള്ള ജീവികൾ അവിടെ ജീവിച്ചിരുന്നു എന്നതിന്റെ തെളിവാണല്ലോ അത്. ആസ്ട്രേലിയ, ഇന്ത്യ, തെക്ക അമേരിക്ക, അന്റാർട്ടിക്ക എന്നീ തെക്കൻ വൻകരകളിലെ ഫോസിലുകളുടെയും ശിലകളുടെയും ഘടനയിലുള്ള സാദൃശ്യത്തിന് കാരണം കണ്ടെത്താൻ വെഗ്നറുടെ സിദ്ധാന്തത്തിന് കഴിഞ്ഞു.

ഇന്ത്യാ ഉപദ്വീപിന്റെ രൂപീകരണത്തെക്കുറിച്ച് വെഗ്നറുടെ സിദ്ധാന്തമറിയുന്നത് രസാവഹമാണ്. ആദിമ മഹാവൻകരയായ പാൻജിയ വിഘടിച്ചുണ്ടായ ഗോഡ്വാനാലാൻഡ് എന്ന പുരാതന വൻകരയുടെ ഭാഗങ്ങളാണ് ഇന്നു നാം കാണുന്ന മെഡഗാസ്കർ മുതൽ ആസ്ട്രേലിയ വരെയുള്ള ഭൂവിഭാഗങ്ങൾ. മെഡഗാസ്കറിന്റെ കിഴക്കൻ തീരവും ഇന്ത്യയുടെ പടിഞ്ഞാറൻ തീരവും തമ്മിലുള്ള സാദൃശ്യം വെഗ്നർ എടുത്തുകാട്ടുന്നു. അതേപോലെ ഇന്ത്യയുടെ കിഴക്കൻ തീരവും ആസ്ട്രേലിയയുടെ പടിഞ്ഞാറൻ തീരവും തമ്മിലുള്ള ആകൃതിയിൽ സാമ്യമുണ്ട്. ഈ പ്രദേശങ്ങളിലെ ഫോസിലുകൾ, ഊറൽപ്പാറകൾ, ധാതുനിക്ഷേപങ്ങൾ എന്നിവയും ഒരിക്കൽ ഇവയെല്ലാം ഒന്നായിരുന്നു എന്നു തെളിവ് തരുന്നു. ഏകദേശം 127 മില്യൺ വർഷങ്ങൾക്കു മുൻപാണ് ഇന്ത്യ, ആസ്ട്രേലിയ – അന്റാർട്ടിക്കാ ഖണ്ഡത്തിൽ നിന്നും ഭാഗം വാങ്ങി പിരിഞ്ഞതത്രെ. പിന്നീട് ആസ്ട്രേലിയ വടക്കോട്ടു നീങ്ങുകയും അന്റാർട്ടിക്കയെ വിട്ടുപോവുകയും ചെയ്തു.

ഭൂമിശാസ്ത്ര വിദഗ്ധർ വെഗ്നറുടെ സിദ്ധാന്തത്തെ സംശയദൃഷ്ടിയോടെയാണ് കണ്ടത്. കാലാവസ്ഥാ ശാസ്ത്രജ്ഞനായ ഇയാൾക്ക് ഭൂവിജ്ഞാനീയത്തിൽ എന്താണ് കാര്യം എന്നൊരു മട്ടായിരുന്നു ചിലർക്കെല്ലാം. ഭൂഖണ്ഡങ്ങളുടെ ചലനത്തിന് ആധാരമായ ബലങ്ങളെക്കുറിച്ച് കൃത്യമായി വിശദീകരിക്കാൻ വെഗ്നർക്ക് കഴിഞ്ഞില്ല എന്നതും ഈ സിദ്ധാന്തത്തിന്റെ ഒരുപോരായ്മയായിരുന്നു. ഭൂഭ്രമണം, സൂര്യചന്ദ്രന്മാരുടെ ആകർഷണബലം ഇവയൊക്കെ ഭൂഖണ്ഡങ്ങളുടെ ചലനത്തിന് കാരണമായ ബലങ്ങളാണെന്ന് വെഗ്നർ പറഞ്ഞെങ്കിലും, അവയെല്ലാം

തീരെ ദുർബലങ്ങളാണെന്ന് അദ്ദേഹത്തിനു തന്നെ അറിയാമായിരുന്നു. വൻകരകളുടെ ചലനത്തെക്കുറിച്ച് വിശദീകരിക്കാനുള്ള ന്യൂട്ടൻ ഇനിയും ജനിക്കാനിരിക്കുന്നതേയുള്ളു എന്നാണ് ഇതിനെക്കുറിച്ച് വെഗ്നർ തന്നെ ഒരിക്കൽ പറഞ്ഞത്.

വെഗ്നർ തന്റെ പുസ്തകം 1920, 1922, 1929 എന്നീ വർഷങ്ങളിൽ പുതിയ പതിപ്പുകളാക്കി പുറത്തിറക്കി. തന്റെ സിദ്ധാന്തത്തിനു നേരെ ഉയർന്ന വിമർശനങ്ങളെയും ഭൂവിജ്ഞാനീയത്തിലെ പുതിയ കണ്ടെത്തലുകളെയും ഉൾക്കൊണ്ടാണ് ഓരോ പതിപ്പും അദ്ദേഹം തയാറാക്കിയത്. 1929-ൽ പുറത്തിറങ്ങിയ ഒടുവിലത്തെ പതിപ്പിന്റെ പേര് *ഭൂഖണ്ഡങ്ങളുടെയും സമുദ്രങ്ങളുടെയും ഉൽപ്പത്തിയെക്കുറിച്ച്* എന്നാണ്.

വെഗ്നറുടെ പഠനത്തിന്റെ ഏറ്റവും വലിയ കുറവ് അത് കരയെ മാത്രം കേന്ദ്രീകരിച്ചുള്ളതായിരുന്നു എന്നതാണ്. 1960 കളോടെ ശാസ്ത്രജ്ഞന്മാർ സമുദ്രത്തിന്റെ തറയെക്കുറിച്ച് പഠിക്കുവാൻ തുടങ്ങി. കടൽത്തറയുടെ ചലനമാണ് കരയെ വലിച്ചു കൊണ്ടുപോയതെന്നും യഥാർഥത്തിൽ സമുദ്രാന്തർഭാഗത്ത് ഉണ്ടായ ചലനമാണ് വൻകരവിസ്ഥാപനത്തിന് ഇടയാക്കിയതെന്നും ജിയോഫിസിക്സ് വിദഗ്ധർ കണ്ടെത്തി. ഇന്ന് ഉപഗ്രഹങ്ങളുടെയും മറ്റും സഹായത്തോടെയാണ് ഭൂവിജ്ഞാനീയ രംഗത്തെ പഠനങ്ങൾ നടക്കുന്നത്. ജി പി എസ് (ഗ്ലോബൽ പൊസിഷനിങ് സിസ്റ്റം) ഉപയോഗിച്ച് വൻകരകൾക്കുണ്ടാവുന്ന വിസ്ഥാപനം കൃത്യമായി നിർണയിക്കാനും ഇന്ന് സാധിക്കുന്നുണ്ട്. അങ്ങനെയാണ് ഈ ലേഖനത്തിന്റെ ആരംഭത്തിൽ പറഞ്ഞ ഇന്ത്യാ ഉപഭൂഖണ്ഡത്തിന്റെ ചലനം കൃത്യമായി കണക്കാക്കാൻ സാധിച്ചത്.

നമുക്ക് വെഗ്നറിലേക്ക് തിരിച്ചുവരാം. നേരത്തേ പറഞ്ഞല്ലോ ഗ്രീൻലാൻഡ് യാത്രകൾ അദ്ദേഹത്തിന് വല്ലാത്തൊരു അഭിനിവേശമായിരുന്നെന്ന്. 1906-നു ശേഷം 1912 ലും 1929 ലും അദ്ദേഹം ഗ്രീൻലാൻഡ് യാത്രകൾ നടത്തി. അവസാനത്തെ യാത്രയിൽ പര്യവേക്ഷണസംഘത്തിന്റെ തലവൻ വെഗ്നറായിരുന്നു. ഈ ഓരോ യാത്രയും ഒരു വർഷത്തിലധികം നീണ്ടുനിൽക്കുന്നവയായിരുന്നു.

1930 നവംബർ ഒന്നാം തീയതി വെഗ്നറും തന്റെ സഹായിയും കൂടി ഗ്രീൻലാൻഡ് തീരത്തു നിന്നും ഉള്ളിലേക്ക് യാത്ര തിരിച്ചു. അന്ന് അദ്ദേഹത്തിന്റെ ജന്മദിനം കൂടിയായിരുന്നല്ലോ. ഏകദേശം 400 കിലോമീറ്റർ ഉള്ളിലായിരുന്നു അവരുടെ ലക്ഷ്യസ്ഥാനം. പക്ഷേ, ആ പ്രഭാതത്തിനു ശേഷം പിന്നീടാരും അദ്ദേഹത്തെ കണ്ടിട്ടില്ല. അടുത്ത വർഷത്തെ വേനൽക്കാലത്ത് മഞ്ഞിൽ പുതഞ്ഞുകിടക്കുന്ന രീതിയിൽ വെഗ്നറുടെ മൃതദേഹം കണ്ടെത്തി. അത് അദ്ദേഹത്തിന്റെ ലക്ഷ്യസ്ഥാനത്തിന് 25 കിലോ മീറ്റർ അടുത്തായിരുന്നു. യാത്ര പുറപ്പെട്ടതിന്റെ പത്താം ദിവസം അദ്ദേഹം മരിച്ചിട്ടുണ്ടാവുമെന്നാണ് കരുതപ്പെടുന്നത്. മരണകാരണം ഹൃദയസ്തംഭനമാണെന്നും.

തങ്ങളുടെ മഹാനായ പുത്രനെ സ്വന്തം രാജ്യത്ത് പൂർണ ഔദ്യോഗിക ബഹുമതികളോടെ സംസ്കരിക്കാൻ ജർമൻ സർക്കാർ തയാറായി. എന്നാൽ അദ്ദേഹത്തെ തനിക്കേറ്റവും ഇഷ്ടപ്പെട്ട ഗ്രീൻലാൻഡിൽ തന്നെ അന്ത്യവിശ്രമം കൊള്ളാനനുവദിക്കണമെന്നായിരുന്നു കുടുംബാംഗങ്ങളുടെ ആഗ്രഹം. സർക്കാർ അവരുടെ ഹിതം മാനിച്ചു. ഇന്നും ഗ്രീൻലാൻഡിലെ മഞ്ഞുപാളികൾക്കിടയിൽ മഹാനായ ആൽഫ്രഡ് വെഗ്നർ നിത്യവിശ്രമം കൊള്ളുന്നു. അദ്ദേഹത്തെയും വഹിച്ചുകൊണ്ട് ആ ദ്വീപും പതുക്കെ നീങ്ങിക്കൊണ്ടിരിക്കുകയാണ്.

16

സി വി രാമൻ (1888–1970)

ശാസ്ത്രലോകഭൂപടത്തിൽ ഇന്ത്യക്ക് ഇടം ലഭിക്കുന്നത് സി വി രാമനിലൂടെയാണ്. ശാസ്ത്രത്തിന് നോബൽ സമ്മാനം ലഭിച്ച ആദ്യത്തെ ഏഷ്യക്കാരനാണ് അദ്ദേഹം. ഇന്ത്യയുടെ മണ്ണിലുറച്ച് നിന്ന് അന്നത്തെ പരിമിതമായ സാഹചര്യങ്ങളും സൗകര്യങ്ങളും ഉപയോഗപ്പെടുത്തിയാണ് അദ്ദേഹം ഈ ഉന്നതനേട്ടം കൈവരിച്ചതെന്നത് ആ മഹത്വത്തിന്റെ മാറ്റ് കൂട്ടുന്നു. ആത്മാർഥതയും കഠിനാധ്വാനവും അർപ്പണബോധവുമായിരുന്നു രാമന്റെ മൂലധനം.

തമിഴ്നാട്ടിലെ തിരുച്ചിറപ്പള്ളിക്ക് സമീപമുള്ള തിരുവണയ്ക്കാവൽ എന്ന ഗ്രാമത്തിലാണ് 1888 നവംബർ ഏഴാം തീയതി ചന്ദ്രശേഖര വെങ്കിട്ടരാമൻ എന്ന സി വി രാമൻ ജനിച്ചത്. അച്ഛൻ ചന്ദ്രശേഖരയ്യർ സ്കൂളിൽ ശാസ്ത്രാധ്യാപകനായിരുന്നു. അമ്മയുടെ പേര് പാർവതിയമ്മാൾ. ചെറുപ്പം മുതൽ അസാമാന്യബുദ്ധി സാമർഥ്യം പ്രകടിപ്പിച്ച രാമൻ മൂന്ന് ഡബിൾ പ്രമോഷൻ നേടി. പതിനൊന്നാം വയസിൽ മെട്രിക്കുലേഷനും പതിമൂന്നാംവയസ്സിൽ എഫ് എ യും പാസായി (ഇന്നത്തെ പത്താംക്ലാസ്, പ്ലസ് ടു എന്നിവ). പ്രതിഭാശാലിയായ ഈ വിദ്യാർഥി 1904ൽ, തന്റെ പതിനാറാം വയസിൽ മദ്രാസിലെ സുപ്രസിദ്ധമായ പ്രസിഡൻസി കോളേജിൽ നിന്ന് ബിരുദവും രണ്ട് വർഷത്തിനുശേഷം ബിരുദാനന്തര ബിരുദവും നേടി. ഫിസിക്സായിരുന്നു ഐച്ഛിക വിഷയം.

വിദ്യാഭ്യാസകാലത്ത് തന്നെ, പ്രകാശസംബന്ധിയായി താൻ നടത്തിയ ചില കണ്ടെത്തലുകൾ അദ്ദേഹം ലണ്ടനിലെ ചില ശാസ്ത്ര പ്രസിദ്ധീകരണങ്ങളിൽ എഴുതിയിരുന്നു. അങ്ങനെ വളരെ ചെറുപ്പത്തിൽത്തന്നെ ഇംഗ്ലണ്ടിലെ പ്രശസ്തരായ ഭൗതികശാസ്ത്രജ്ഞരുടെ ശ്രദ്ധയിൽപ്പെടാൻ രാമന് കഴിഞ്ഞു.

1907–ൽ കൽക്കത്തയിലെ അക്കൗണ്ടന്റ് ജനറൽ ഓഫീസിൽ ഡപ്യൂട്ടി അക്കൗണ്ടന്റ് ജനറലായി സി വി രാമൻ ഔദ്യോഗിക ജീവിതം തുടങ്ങി. അതേ വർഷം തന്നെയാണ് പതിനാലുകാരിയായ ലോകസുന്ദരിയംബാൾ രാമന്റെ ജീവിതത്തിലേക്കു കടന്നു വന്നതും. ഓഫീസ് ജോലിയുടെ തിരക്കിനിടയിലും ഊർജശാസ്ത്ര സംബന്ധിയായ തന്റെ ഗവേഷണങ്ങൾ തുടർന്നു കൊണ്ടുപോവാൻ രാമൻ ശ്രദ്ധിച്ചു. കൽക്കത്തയിലെ 'ഇന്ത്യൻ അസോസിയേഷൻ ഫോർ ദ കൾട്ടിവേഷൻ ഓഫ് സയൻസ്' എന്ന സ്ഥാപനം തങ്ങളുടെ ലബോറട്ടറിയുടെ വാതിലുകൾ അദ്ദേഹത്തിനായി തുറന്നു കൊടുത്തു. ഓഫീസ് സമയം കഴിഞ്ഞുള്ള വൈകുന്നേരങ്ങളും ഒഴിവുദിനങ്ങളും അദ്ദേഹം ഈ പരീക്ഷണശാലയിൽ ചെലവഴിച്ചു. ശബ്ദവും പ്രകാശവുമായിരുന്നു അദ്ദേഹത്തിന്റെ പ്രധാന ഗവേഷണ മേഖലകൾ.

അക്കാലത്താണ് കൽക്കത്താ യൂണിവേഴ്സിറ്റിയുടെ വൈസ്ചാൻസലറായ അശുതോഷ് മുഖർജി സി വി രാമനെ പരിചയപ്പെടുന്നത്. എല്ലാ കീഴ്വഴക്കങ്ങളും ലംഘിച്ചുകൊണ്ട് അദ്ദേഹം രാമനെ കൽക്കത്താ സർവകലാശാലയിൽ ഫിസിക്സ് പ്രൊഫസറായി നിയമിച്ചു. ആശുതോഷ് മുഖർജിയുടെ പ്രോത്സാഹനവും സഹായവും രാമന്റെ ആത്മവിശ്വാസം വർധിപ്പിച്ചു.

1919–ൽ ശാസ്ത്ര പുരോഗതിക്കുള്ള ഒരു ഉന്നതാധികാരസമിതിയുടെ അധ്യക്ഷനായി സി വി രാമൻ നിയമിക്കപ്പെട്ടു. ഈ സ്ഥാനംലഭിക്കുന്ന ആദ്യത്തെ ഇന്ത്യക്കാരനായിരുന്നു അദ്ദേഹം. 1921–ൽ ഓക്സ്ഫോർഡിൽ നടന്ന യൂണിവേഴ്സിറ്റി കോൺഗ്രസിൽ പ്രത്യേകം ക്ഷണിതാവായി രാമൻ പങ്കെടുത്തു. 1924–ൽ കാനഡയിൽ നടന്ന ഊർജതന്ത്രശാസ്ത്ര

ജ്ഞന്മാരുടെ സമ്മേളനത്തിലും അദ്ദേഹം ഇന്ത്യയുടെ പ്രതിനിധിയായി. 1924ൽ റോയൽ സൊസൈറ്റി അംഗമായി സി വി രാമൻ തെരഞ്ഞെടുക്കപ്പെട്ടു. 1926–ൽ *ഇന്ത്യൻ ജേർണൽ ഫോർ ഫിസിക്സ്* എന്നൊരു ശാസ്ത്ര പ്രസിദ്ധീകരണം രാമൻ തുടങ്ങി. ഇതാണ് ഇന്ത്യയുടെ ആദ്യത്തെ ഭൗതികശാസ്ത്ര മാഗസിൻ. 1929–ൽ ബാംഗ്ലൂരിൽ നടന്ന 'ഇന്ത്യൻ സയൻസ് കോൺഗ്രസ്' അധ്യക്ഷനായി രാമനെ തെരഞ്ഞെടുത്തത് എതിരില്ലാതെയായിരുന്നു.

1921–ൽ ഓക്സ്ഫോർഡിലേക്കുള്ള യാത്ര, കപ്പലിലായിരുന്നു. ഈ യാത്രയ്ക്കിടയിലാണ്, കടലിന്റെ നീലിമയുടെ പിന്നിലെ ശാസ്ത്രത്തെക്കുറിച്ച് രാമൻ ആദ്യമായി ചിന്തിച്ചത്. കടലിന്റെ നീലിമ ആകാശനീലിമയുടെ പ്രതിഫലനമാണെന്ന ഒരു വിശദീകരണം അന്ന് നിലവിലുണ്ടായിരുന്നു. രാമന് അതത്ര സ്വീകാര്യമായി തോന്നിയില്ല. പിന്നീടങ്ങോട്ടുള്ള അദ്ദേഹത്തിന്റെ ഗവേഷണ പ്രവർത്തനങ്ങൾ ഈ രഹസ്യം കണ്ടുപിടിക്കാനുള്ള ശ്രമങ്ങളായിരുന്നു. അങ്ങനെ ജലതന്മാത്രകൾ പ്രകാശത്തെ ചിതറിക്കുന്നതാണ് സമുദ്രത്തിന്റെ നീലനിറത്തിനടിസ്ഥാനമെന്ന നിഗമനത്തിൽ അദ്ദേഹം എത്തിച്ചേർന്നു. ഈ രംഗത്ത് രാമൻ നടത്തിയ ഗവേഷണങ്ങളുടെ ആകെത്തുകയാണ് രാമൻ ഇഫക്ട് അഥവാ രാമൻ പ്രഭാവം. ഈ കണ്ടുപിടിത്തമാണ് 1930–ൽ അദ്ദേഹത്തിന് നോബൽ സമ്മാനം നേടിക്കൊടുത്തത്.

എന്താണ് രാമൻ ഇഫക്റ്റ്? പ്രകാശം ഒരു വസ്തുവിൽ പതിക്കുമ്പോൾ, ആ പദാർഥം പ്രകാശ കിരണാവലിയെ ചിതറിക്കുന്നു. അഥവാ അത് പ്രകീർണനത്തിന് വിധേയമാക്കുന്നു. ഇങ്ങനെ സംഭവിക്കുമ്പോൾ പ്രകീർണിത രശ്മികളുടെ വർണരാജിയിൽ പുതിയതായി ചില രേഖകളും വർണങ്ങളും പ്രത്യക്ഷപ്പെടുന്നു. ഇതാണ് രാമൻ ഇഫക്റ്റ്. പ്രകാശത്തെക്കുറിച്ചുള്ള മൗലികമായ ഈ കണ്ടെത്തൽ ഭൗതികശാസ്ത്രലോകത്തെ അമ്പരിപ്പിച്ചു.

ധവള പ്രകാശത്തിലടങ്ങിയ വ്യത്യസ്തനിറങ്ങൾക്ക് വ്യത്യസ്ത തരംഗദൈർഘ്യമാണുള്ളത്. തരംഗദൈർഘ്യം മാറുന്നതിനനുസരിച്ച് ഓരോ നിറത്തിലുള്ള രശ്മികളുടെയും ആവൃത്തിയും മാറുന്നു. ഒരേ തരംഗദൈർഘ്യമുള്ള കിരണങ്ങളെല്ലാം ഒരേ നിറത്തിലുള്ളവയായിരിക്കും. പ്രകാശകിരണങ്ങൾ ഒരു പദാർഥത്തിന്റെ തന്മാത്രയിൽ ചെന്ന് തട്ടുമ്പോൾ തന്മാത്ര നിശ്ചലമാണെങ്കിൽ തരംഗത്തിന്റെ ആവൃത്തിക്ക് വ്യത്യാസമുണ്ടാവുന്നില്ല. അപ്പോൾ ബഹിർഗമിക്കുന്ന പ്രകാശത്തിനും അതേ നിറം തന്നെയായിരിക്കും.

എന്നാൽ എല്ലാ വസ്തുക്കളുടെയും തന്മാത്രകൾ നിശ്ചലമല്ലല്ലോ. ഓരോ വസ്തുക്കളിലെയും തന്മാത്രകൾ ഒരു പ്രത്യേക ആവൃത്തിയിൽ സ്പന്ദിച്ചുകൊണ്ടിരിക്കുന്നു. ഈ സ്പന്ദനം നിമിത്തം അതിൽ ചെന്നു തട്ടുന്ന പ്രകാശകിരണങ്ങളുടെ ആവൃത്തി വ്യത്യാസപ്പെടുന്നു. വസ്തുവിൽതട്ടി ബഹിർഗമിക്കുന്ന പ്രകാശകിരണം മറ്റൊരു ആവൃത്തിയിലു

ള്ളതായിരിക്കും. ആവൃത്തി മാറുന്നതിനുസരിച്ചു പ്രകാശത്തിന്റെ നിറവും മാറുന്നു. അതുകൊണ്ടാണ് മെർക്കുറി ലൈറ്റിൽ നിന്ന് പുറപ്പെടുന്ന നീല പ്രകാശം ബെൻസീൻ ദ്രാവകത്തിൽക്കൂടി കടന്നുപോവുമ്പോൾ മഞ്ഞ നിറമുള്ളതായി മാറുന്നത്. ഏകവർണകിരണങ്ങളെ സുതാര്യപദാർഥ ത്തിൽക്കൂടി കടത്തി വിട്ടാൽ വ്യത്യസ്ത നിറത്തോടുകൂടിയ കിരണങ്ങൾ മറുവശത്തു നിന്നും ബഹിർഗമിക്കുന്നു.

ഇങ്ങനെ പുറത്തേക്കു വരുന്ന കിരണങ്ങളെ പ്രിസത്തിൽ കൂടിയും ലെൻസിൽ കൂടിയും കടത്തി വിട്ടാൽ കിട്ടുന്ന സ്പെക്ട്രത്തിൽ, ആദ്യത്തെ സ്പെക്ട്രത്തിൽ കാണാത്ത ചില പുതിയ രേഖകൾ പ്രത്യ ക്ഷപ്പെടുന്നു. ഈ പുതിയതായി കാണുന്ന രേഖകളെ രാമൻ രേഖകൾ എന്നും സ്പെക്ട്രത്തെ രാമൻ സ്പെക്ട്രമെന്നും വിളിക്കുന്നു. രാമൻ സ്പെക്ട്രത്തിൽ നിന്നും പദാർഥങ്ങളുടെ തന്മാത്രാഘടനയെക്കുറിച്ച് ശാസ്ത്രജ്ഞർക്ക് പലതും മനസിലാക്കാൻ കഴിഞ്ഞു. ലേസർ കിരണ മുപയോഗിച്ചും രാമൻ പ്രഭാവം സൃഷ്ടിക്കാമെന്ന് കണ്ടെത്തിയതോടെ ശാസ്ത്രത്തിന്റെ മറ്റനേകം മേഖലകളിലും ഇത് ഉപയോഗപ്പെടുത്താൻ കഴിഞ്ഞു.

രാമൻ സ്പെക്ട്രത്തിന്റെ സഹായത്തോടെ ഹൈഡ്രജൻ നൈട്രജൻ, ഓക്സിജൻ, ജലം എന്നിവയുടെ തന്മാത്രാഘടനയെക്കു റിച്ച് പുതിയ പല അറിവുകളും ശേഖരിക്കാൻ കഴിഞ്ഞു. ഹൈഡ്രോ കാർബൺ സംയുക്തങ്ങളിൽ കാർബണും ഹൈഡ്രജനും സ്ഥിതി ചെയ്യു ന്നതെങ്ങനെയാണെന്ന് മനസിലാക്കാനും രാമൻ സ്പെക്ട്രം ഉപയോ ഗിക്കാൻ കഴിയും. ഏകദേശം രണ്ടായിരത്തിലധികം സംയുക്തങ്ങളെ ഇങ്ങനെ പഠനവിധേയമാക്കിയിട്ടുണ്ട്. മാക്സ് പ്ലാങ്കിന്റെ ക്വാണ്ടം സിദ്ധാ ന്തത്തിന് പ്രായോഗികമായ തെളിവ് നൽകാനും രാമൻ പ്രഭാവത്തിന് കഴിഞ്ഞു. റൂഥർഫോർഡ്, ഐൻസ്റ്റീൻ തുടങ്ങി അന്ന് ജീവിച്ചിരുന്ന പ്രശസ്ത ശാസ്ത്രജ്ഞരെല്ലാം രാമനെ പ്രശംസിക്കാൻ പരസ്പരം മത്സരിച്ചു.

സി വി രാമന്റെ ഈ കണ്ടുപിടിത്തം രസതന്ത്രത്തിനും ബഹിരാ കാശഗവേഷണ പഠനങ്ങൾക്കും ഏറെ സഹായകരമായിത്തീർന്നു. ചില പദാർഥങ്ങളിലൂടെ എക്സ്–റേ കടന്നു പോവുമ്പോൾ എക്സ്–റേ കിര ണങ്ങൾ ചിതറിപ്പോകുന്നുവെന്നും ചിതറുന്ന കിരണങ്ങൾക്ക് തരംഗ ദൈർഘ്യവർധനവ് ഉണ്ടാകുന്നുവെന്നും 1927–ൽ കോംപ്റ്റൺ കണ്ടെ ത്തിയിരുന്നു. രാമൻ പ്രഭാവവും കോംപ്ടൺ പ്രഭാവവും പ്രകാശത്തിന്റെ തരംഗസ്വഭാവത്തെക്കുറിച്ചുള്ള ഗവേഷണങ്ങൾക്ക് വേഗത വർധിപ്പിച്ചു.

രാമന്റെ ഗവേഷണങ്ങൾ പ്രകാശത്തിൽ മാത്രം ഒതുങ്ങുന്നതായി രുന്നില്ല. പൂക്കളുടെ നിറങ്ങളെക്കുറിച്ചും കാഴ്ചയുടെ ശരീരശാസ്ത്രത്തെ ക്കുറിച്ചും ശബ്ദത്തെക്കുറിച്ചും വൈരക്കല്ലുകളുടെ ഘടനയെക്കുറിച്ചും സോപ്പുകുമിളകളുടെ പ്രത്യേകതയെക്കുറിച്ചും അദ്ദേഹം പഠനം നടത്തി. ആകാശത്തിന്റെയും കടലിന്റെയും നീലിമ, ഉദയാസ്തമയങ്ങളുടെ വർണ

വൈവിധ്യം ഇവയെക്കുറിച്ചെല്ലാം യുക്തിയുക്തവും ശാസ്ത്രീയവുമായ വിശദീകരണങ്ങൾ നൽകിയ ശാസ്ത്രജ്ഞനാണ് സി വി രാമൻ.

1934–ൽ 'ഇന്ത്യൻ അക്കാഡമി ഓഫ് സയൻസ്' എന്നൊരു സ്ഥാപനം രാമൻ ബാംഗ്ലൂരിൽ സ്ഥാപിച്ചു. യൂറോപ്പിലെ പ്രശസ്തമായ ശാസ്ത്ര സാങ്കേതിക സ്ഥാപനങ്ങളുടെ മാതൃകയിലാണ് ഇത് രൂപകൽപ്പന ചെയ്തത്. 1935–ൽ ബാംഗ്ലൂരിലെ സർക്കാർ സ്ഥാപനമായ ഇന്ത്യൻ ഇൻസ്റ്റിറ്റ്യൂട്ട് ഓഫ് സയൻസിന്റെ ഡയറക്ടറായി രാമനെ നിയമിച്ചു. ഈ സ്ഥാപനത്തിന്റെ ആദ്യത്തെ ഇന്ത്യൻ ഡയറക്ടറായിരുന്നു അദ്ദേഹം. ഡോ. കെ എസ് കൃഷ്ണൻ, ഡോ. സാരാഭായി, ഡോ. ഭാഭ, ഡോ. പി ആർ പിഷാരടി, ഡോ. കെ ആർ രാമനാഥൻ തുടങ്ങിയ ഇന്ത്യൻ ശാസ്ത്രജ്ഞരെല്ലാം ഇന്ത്യൻ ഇൻസ്റ്റിറ്റ്യൂട്ട് ഓഫ് സയൻസിൽ രാമന്റെ ശിഷ്യരായിരുന്നു. 1948–ൽ അദ്ദേഹം ഇന്ത്യൻ ഇൻസ്റ്റിറ്റ്യൂട്ട് ഓഫ് സയൻസിൽ നിന്നും പെൻഷൻപറ്റി പിരിഞ്ഞു.

പെൻഷൻപറ്റിയാലും രാമന് ഗവേഷണങ്ങൾ നിർത്തിവെക്കാൻ പറ്റില്ലല്ലോ. തന്റെ ജീവിതകാല സമ്പാദ്യം മുഴുവൻ ഉപയോഗിച്ചു 'രാമൻ റിസർച്ച് ഇൻസ്റ്റിറ്റ്യൂട്ട്' എന്നൊരു സ്ഥാപനം അദ്ദേഹം ബാംഗ്ലൂരിൽ സ്ഥാപിച്ചു. ഭാരതത്തിന്റെ ശാസ്ത്രനേട്ടങ്ങൾ അന്താരാഷ്ട്രതലത്തിൽ പ്രദർശിപ്പിക്കപ്പെടുന്ന ഒരു സ്ഥാപനമായി ഇത് വളരണമെന്നായിരുന്നു രാമന്റെ മോഹം.

1961–ൽ ലോകശാസ്ത്ര സമിതിയിലേക്ക് രാമൻ തെരഞ്ഞെടുക്കപ്പെട്ടു. വിവിധരാഷ്ട്രങ്ങളിലെ അക്കാഡമികളിലും ശാസ്ത്രസമിതികളിലും അദ്ദേഹത്തിന് അംഗത്വമുണ്ടായിരുന്നു. ഭാരത സർക്കാർ 'ഭാരത രത്ന' നൽകി ആ മഹാപ്രതിഭയെ ആദരിച്ചു.

1970 നവംബർ 21–ാം തീയതി ബാംഗ്ലൂരിൽ വച്ച് ആ മഹാനായ ഭാരതപുത്രൻ കാലയവനികയ്ക്ക് പിന്നിൽ മറഞ്ഞു. ശാസ്ത്രഭാരതത്തിന്റെ പിതാവ് എന്നറിയപ്പെടുന്ന സി വി രാമന്റെ ജന്മദിനം ദേശീയ ശാസ്ത്രദിനമായി ആചരിക്കപ്പെടുന്നു.

17

എഡ്വിൻ ഹബ്ൾ (1889–1953)

പ്രപഞ്ചത്തിന്റെ അതിവിദൂരതയിലേക്ക് കണ്ണുംനട്ട് ഭൂമിയിൽ ജീവിച്ച പല മഹാരഥന്മാരും ചേർന്നാണ് ഒരിക്കൽ നിഗൂഢമായിരുന്ന പലതും അനാവരണം ചെയ്തത്. കോപ്പർനിക്കസ്, കെപ്ലർ, ഗലീലിയോ അങ്ങനെ ആ പരമ്പര നീളുന്നു. അതിലെ തിളക്കമാർന്ന ഒരുകണ്ണിയാണ് എഡ്വിൻ ഹബ്ൾ എന്ന ജ്യോതിശാസ്ത്രജ്ഞൻ. ഹബ്ൾ മൺമറഞ്ഞിട്ട് അരനു

റ്റാണ്ടിലേറെക്കഴിഞ്ഞു. ഇന്നും ഹബ്ൾ നിർമിച്ച ദൂരദർശിനിയിലൂടെ ശാസ്ത്രലോകം മാനത്ത് നോക്കിക്കൊണ്ടിരിക്കുന്നു.

അമേരിക്കയിലെ മിസ്സോറി സംസ്ഥാനത്തുള്ള മാർഷ്ഫീൽഡ് എന്ന ചെറുപട്ടണത്തിലായിരുന്നു 1889 നവംബർ 20-ാം തീയതി എഡ്വിൻ പവൽ ഹബ്ൾ ജനിച്ചത്.

ഓക്സ്ഫോർഡിൽ പഠനം നടത്തിയ ഹബ്ൾ നിയമത്തിലാണ് ബിരുദമെടുത്തത്. എന്നാൽ താമസിയാതെ അദ്ദേഹത്തിന്റെ താൽപ്പര്യം ജ്യോതിശാസ്ത്രത്തിലേക്കായി. ഒന്നാം ലോകമഹായുദ്ധകാലത്ത് അൽപ്പകാലം അദ്ദേഹത്തിന് ഫ്രാൻസിൽ സൈനികസേവനം അനുഷ്ഠിക്കേണ്ടി വന്നു. അതിനുശേഷം കാലിഫോർണിയയിലെ മൗണ്ട് വിൽസ് വാനനിരീക്ഷണകേന്ദ്രത്തിൽ ജോലിയിൽ പ്രവേശിച്ചു. അവിടെ അദ്ദേഹവും സഹപ്രവർത്തകരും ചേർന്ന് 100 ഇഞ്ച് വ്യാസമുള്ള ഒരു പടുകൂറ്റൻ ദൂരദർശിനി സ്ഥാപിച്ചു. ഈ ഉപകരണം പ്രപഞ്ചത്തിന്റെ കാണാ രഹസ്യങ്ങളിലേക്ക് തുറക്കുന്ന കണ്ണായി മാറി.

അന്ന് ശൂന്യാകാശത്തിന്റെ മഹാരഹസ്യങ്ങളായി കണക്കാക്കിയിരുന്ന നെബ്യൂലകളിലേക്കാണ് ഹബ്ൾ ആദ്യമായി തന്റെ മാന്ത്രിക കണ്ണുകൾ നീട്ടിയത്. എല്ലാ നെബ്യൂലകൾക്കും ഒരേഘടനയല്ലെന്നായിരുന്നു അദ്ദേഹത്തിന്റെ പ്രധാന കണ്ടെത്തൽ. ചിലതെല്ലാം വാതകപടലങ്ങളായിരുന്നു. ഉള്ളിലുള്ള ജ്വലിക്കുന്ന നക്ഷത്രങ്ങളായിരുന്നു അവയ്ക്ക് തിളക്കം നൽകിയത്. എന്നാൽ ചിലതിൽ നക്ഷത്രങ്ങളെ വേർതിരിച്ച് കാണാനേ സാധിച്ചിരുന്നില്ല. താൻ കണ്ടെത്തിയ നെബ്യൂലകൾ, നമ്മുടെ ഗാലക്സിയായ ആകാശഗംഗയിൽ നിന്ന് വളരെയകലെയാണെന്ന് അദ്ദേഹം പ്രഖ്യാപിച്ചു. മറ്റൊരു തരത്തിൽ പറഞ്ഞാൽ നമ്മുടെ ഗാലക്സി ഈ മഹാപ്രപഞ്ചത്തിലെ അനേകരിൽ ഒന്നു മാത്രം.

ഹബ്ൾ തന്റെ ഭീമൻ ദൂരദർശിനിയിലൂടെ ആദ്യമായി നിരീക്ഷിച്ച നെബ്യൂലയാണ് ആൻഡ്രോമിഡ. ഒരു വലിയ നക്ഷത്രസമൂഹമായിരുന്നു അത്. അവയിൽ ചിലത് ചര നക്ഷത്രങ്ങളായിരുന്നു. പ്രകാശം, കാന്തമണ്ഡലം, ചലന വേഗങ്ങൾ എന്നിവയുടെ കാര്യത്തിൽ തുടർച്ചയായി മാറ്റങ്ങളുണ്ടായിക്കൊണ്ടിരിക്കുന്ന നക്ഷത്രങ്ങളാണ് ചര നക്ഷത്രങ്ങൾ. ഈ ഗുണങ്ങളുടെ ആവർത്തനകാലവും പ്രകാശമാനവും തമ്മിലുള്ള ബന്ധം ഷാപ്ലി, ലെവിറ്റ് എന്നീ ശാസ്ത്രജ്ഞർ ചേർന്ന് കണ്ടെത്തിയിരുന്നു. അതുപയോഗിച്ച് ഹബ്ൾ ആൻഡ്രോമിഡ നെബ്യൂലയിലേക്കുള്ള ദൂരം കണക്കാക്കി. നമ്മുടെ ഗാലക്സിയിലെ ഏറ്റവും വിദൂര നക്ഷത്രത്തിലേക്കുള്ള ദൂരത്തിന്റെ എട്ടിരട്ടിയിലധികമായിരിക്കും അതെന്നാണ് അദ്ദേഹം കണ്ടെത്തിയത്. ഹബ്ൾ കണക്കാക്കിയതിന്റെയും മൂന്നിരട്ടിയാണ് യഥാർഥ അകലമെന്ന് പിന്നീട് കണ്ടെത്തി.

നമ്മുടെ ഗാലക്സിയിൽ നിന്നും കോടിക്കണക്കിന് പ്രകാശവർഷങ്ങൾക്കകലെ സ്ഥിതി ചെയ്യുന്ന വേറെയും നെബ്യൂലകളെ ഹബ്ൾ

കണ്ടെത്തി. അദ്ദേഹം ഗാലക്സികളെ അവയുടെ ആകൃതിയുടെ അടിസ്ഥാനത്തിൽ വർഗീകരിച്ചു. വർത്തുളം, ദീർഘവൃത്തം എന്നിങ്ങനെയായിരുന്നു ഈ തരംതിരിവ്.

ഗാലക്സികളുടെ ചലനത്തെക്കുറിച്ചുള്ള തന്റെ സിദ്ധാന്തത്തോടെ എഡ്വിൻ ഹബ്ൾ ശാസ്ത്രലോകത്ത് ഒരു വിസ്ഫോടനം തന്നെ സൃഷ്ടിച്ചു. 1929 ലാണ് ഈ സുപ്രധാനമായ കണ്ടുപിടിത്തം അദ്ദേഹം നടത്തിയത്. എല്ലാ ഗാലക്സികളും നമ്മളിൽ നിന്ന് അകന്നുപോയിക്കൊണ്ടിരിക്കുന്നു എന്നതാണ് ഈ സിദ്ധാന്തം. എല്ലാ ഗാലക്സികളും ഒരേ വേഗത്തിലല്ല നീങ്ങുന്നതെന്നും അദ്ദേഹം പറഞ്ഞു. അകലെയുള്ള ഗാലക്സികൾ കൂടുതൽ വേഗത്തിൽ നീങ്ങുന്നു. അടുത്തുള്ളവ താരതമ്യേന കുറഞ്ഞ വേഗതയിലും. അതായത് ഒരു ഗാലക്സിയിലേക്കുള്ള ദൂരവും അത് അകലുന്ന നിരക്കും പരസ്പരം വിപരീത അനുപാതത്തിലാണ്. ഇതാണ് പ്രസിദ്ധമായ ഹബ്ൾ നിയമം.

ഹബ്ൾ നിയമം ശരിയാണെങ്കിൽ ഏറ്റവും അകലെയുള്ള ചില ഗാലക്സികൾ പ്രകാശവേഗത്തിലോ, അതിനടുത്ത വേഗത്തിലോ ചലിക്കുന്നവയായിരിക്കുമല്ലോ. അവയിൽ നിന്ന് പ്രകാശം ഒരിക്കലും ഭൂമിയിലെത്തുകയില്ല. ഏകദേശം 1300 കോടി പ്രകാശവർഷം അകലെയുള്ള നക്ഷത്രങ്ങൾ ഈ വിധത്തിൽ അഗോചരമായിരിക്കുമെന്നും അദ്ദേഹം പറഞ്ഞു. ഇപ്പോഴും വിദൂരഗാലക്സിയിലേക്കുള്ള ദൂരം കണക്കാക്കാൻ ഹബ്ൾ നിയമമാണ് ഉപയോഗിക്കുന്നത്.

ഇങ്ങനെ അകന്നുകൊണ്ടിരിക്കുന്ന ഗാലക്സികളുടെ ആദ്യരൂപം എന്തായിരിക്കും? എല്ലാ പദാർഥവും ഒരു കേന്ദ്രത്തിൽ സ്ഥിതി ചെയ്യുന്ന ഒരവസ്ഥയാവും അത്. ഏകദേശം 200 കോടി വർഷങ്ങൾക്കു മുൻപാണ് ഈ സ്ഥിതിയിലുണ്ടായിരുന്നതെന്ന് അദ്ദേഹം പ്രസ്താവിച്ചു. ഇവിടെ ഹബ്ളിന് ചെറിയ ഒരു തെറ്റു പറ്റി. കൂടുതൽ നല്ല ഉപകരണങ്ങളുടെ സഹായത്തോടെ, പ്രപഞ്ചത്തിന്റെ പ്രായം 2000 കോടി വർഷങ്ങൾവരെയാവാം എന്ന് ഇന്നത്തെ ശാസ്ത്രജ്ഞർ പറയുന്നു.

ഇവിടെ മറ്റൊരു സംശയം വരുമല്ലോ. ഒരിക്കൽ ദ്രവ്യം മുഴുവൻ ഒരിടത്ത് കേന്ദ്രീകരിക്കപ്പെട്ടിരുന്നതാണെങ്കിൽ, ഇന്നത്തെ അനുനിമിഷം വികസ്വരമായിക്കൊണ്ടിരിക്കുന്ന ഈ പ്രപഞ്ചം എങ്ങനെ ഉണ്ടായി? ഇവിടെയാണ് ലെമെയ്ത്തർ, ഗാമോവ് എന്നീ ശാസ്ത്രജ്ഞർ മുൻപോട്ടു വച്ച മഹാവിസ്ഫോടനസിദ്ധാന്തത്തിന്റെ പ്രസക്തി. ആദിമ പ്രപഞ്ചാണ്ഡം പൊട്ടിത്തെറിച്ചാണ് ഇന്നു കാണുന്ന പ്രപഞ്ചവികാസം തുടങ്ങിയതെന്നവർ പ്രസ്താവിച്ചു.

പ്രപഞ്ചത്തിന്റെ ഘടനയെക്കുറിച്ചുള്ള അന്വേഷണത്തിന് ഒരു പുതിയ വഴി തെളിയിക്കുകയാണ് എഡ്വിൻ പവൽ ഹബ്ൾ ചെയ്തത്. അദ്ദേഹത്തിന്റെ പിൻതുടർച്ചക്കാരുടെ നേട്ടങ്ങളാണ് പിന്നീട് പ്രപഞ്ചത്തെക്കുറിച്ച് നാം നേടിയ അറിവുകളും ബഹിരാകാശയാത്രകളും. 1953

സെപ്തംബർ 28–ാം തീയതി കാലിഫോർണിയയിൽ വച്ച് ഹബ്ൾ നിര്യാതനായി. പിന്നെയും നാലു വർഷങ്ങൾ കഴിഞ്ഞാണ് ബഹിരാകാശത്തിന്റെ രഹസ്യം തേടി മനുഷ്യൻ യാത്ര തുടങ്ങുന്നത്.

ഇന്ന് നാസയുടെ ഏറ്റവും വലിയ ടെലസ്കോപ് അറിയപ്പെടുന്നത് ഹബ്ളിന്റെ പേരിലാണ്. ഈ ശാസ്ത്രാന്വേഷിക്ക് ഇതിലും അനുയോജ്യമായ സ്മാരകം വേറെയെന്തുണ്ട്?

18

മേഘനാഥ സാഹ (1893–1956)

ആധുനിക ഭൗതികശാസ്ത്രത്തിന്റെ അടിത്തറ പടുത്തുയർത്തുന്നതിൽ നിസ്തുലമായ പങ്കുവഹിച്ച ഭാരതീയ ശാസ്ത്രജ്ഞനാണ് പ്രൊഫസർ മേഘനാഥ സാഹ. സ്വതന്ത്രഭാരതത്തിന്റെ ശാസ്ത്ര സാങ്കേതിക വളർച്ചയിലും അദ്ദേഹം ഗണ്യമായ സംഭാവനകൾ നൽകിയിട്ടുണ്ട്.

1893 ഒക്ടോബർ ആറാം തീയതി ഇന്നത്തെ ബംഗ്ലാദേശിലെ ഡാക്കയിലാണ് മേഘനാഥ സാഹ ജനിച്ചത്. അദ്ദേഹത്തിന്റെ പിതാവ് ജഗനാഥ സാഹ ഒരു ചെറുകിട വ്യാപാരിയായിരുന്നു. മാതാവ് ഭുവനേശ്വരീദേവി.

ഈ ദമ്പതികളുടെ എട്ടുമക്കളിൽ അഞ്ചാമനായിരുന്നു മേഘനാഥ്. പിതാവിന്റെ സാമ്പത്തിക പ്രശ്നങ്ങൾ കാരണം സാഹയുടെ സ്കൂൾ വിദ്യാഭ്യാസം കഷ്ടതകൾ നിറഞ്ഞതായിരുന്നു. പഠിക്കാൻ സമർഥനായതിനാൽ സർക്കാർ സ്കോളർഷിപ്പ് കിട്ടി. അതുകൊണ്ട് വിദ്യാഭ്യാസം തടസമില്ലാതെ മുന്നോട്ടു പോയി. 1905–ൽ സ്കോളർഷിപ്പിന്റെ പിൻബലത്താൽ ഡാക്കാ കോളേജിയറ്റ് സ്കൂളിൽ ചേർന്നു.

1905 ഇന്ത്യാ ചരിത്രത്തിലെ ഒരു സുപ്രധാന വർഷമാണെന്നറിയാമോ? ആ വർഷമാണ് ബ്രിട്ടീഷ് സർക്കാർ ബംഗാൾ വിഭജിച്ചത്. വിഭജനത്തിനെതിരായി ബംഗാൾ ഒറ്റക്കെട്ടായി പ്രതിഷേധിച്ചു. സംസ്ഥാനമെങ്ങും സർക്കാർവിരുദ്ധ സമരങ്ങൾ. പ്രതിഷേധക്കൊടുങ്കാറ്റിൽ വൈദേശിക ഭരണകൂടം ആടിയുലഞ്ഞു. ഈ കോലാഹലങ്ങൾക്കിടയിലാണ് ബംഗാൾ ഗവർണർ സാഹ പഠിക്കുന്ന വിദ്യാലയത്തിൽ ഒരു സന്ദർശനത്തിനെത്തിയത്.

സ്വദേശാഭിമാനികളായ വിദ്യാർഥികൾ ഗവർണറുടെ സന്ദർശനം ബഹിഷ്കരിച്ചുകൊണ്ട് പ്രതിഷേധമറിയിച്ചു. ഈ സമരത്തിൽ മേഘനാഥ സാഹ മുൻനിരയിലുണ്ടായിരുന്നു. സ്വാഭാവികമായും സർക്കാർ പ്രതികരിച്ചു. ഫലമോ? സാഹയുടെ സ്കോളർഷിപ്പ് റദ്ദാക്കി. തുടർന്ന് അദ്ദേഹം ഒരു സ്വകാര്യ വിദ്യാലയത്തിൽ ചേർന്നു. 1909ൽ കൽക്കത്താ സർവകലാശാലയുടെ പ്രവേശന പരീക്ഷയിൽ ഒന്നാമനായി.

1913–ൽ സാഹ, കൽക്കത്താ സർവകലാശാലയിൽ നിന്ന് ഗണിതത്തിൽ ബിരുദവും 1915–ൽ പ്രയുക്തഗണിതത്തിൽ (Applied Mathematics) ബിരുദാനന്തര ബിരുദവും നേടി. അന്ന് സർ. അശുതോഷ് മുഖർജിയായിരുന്നു കൽക്കത്ത സർവകലാശാലയുടെ വൈസ്ചാൻസലർ. അദ്ദേഹത്തിന്റെ ശ്രമഫല'മായി 'യൂണിവേഴ്സി കോളേജ് ഓഫ് സയൻസ്' ആരംഭിച്ചപ്പോൾ സാഹ അവിടെ അധ്യാപകനായി. ഇവിടെ നിന്നാണ് സാഹ എന്ന ശാസ്ത്രജ്ഞന്റെ വളർച്ച തുടങ്ങുന്നത്. യൂറോപ്പ് സന്ദർശിക്കുവാനും ഗവേഷണം നടത്താനും അദ്ദേഹത്തിന് അവസരം ലഭിച്ചു. യൂറോപ്പിൽ നിന്നും തിരിച്ചുവന്ന സാഹ കൽക്കത്താ യൂണിവേഴ്സിറ്റിയുടെ ഭൗതികശാസ്ത്ര വിഭാഗം തലവനായി നിയമിക്കപ്പെട്ടു.

നക്ഷത്രഭൗതികത്തിലാണ് സാഹയുടെ പ്രധാന സംഭാവനകൾ. അന്നുവരെ കേവലം ഊഹാപോഹങ്ങളായിരുന്ന പലതും പരീക്ഷണശാല ഉപയോഗിച്ചു പഠിക്കാനും വിശകലനം ചെയ്യാനും കഴിയുന്ന രീതിയിൽ അദ്ദേഹം ഈ ശാസ്ത്രശാഖയെ വളർത്തി.

1927–ൽ പ്രസിദ്ധീകരിക്കപ്പെട്ട അദ്ദേഹത്തിന്റെ ഒരു പ്രബന്ധം നക്ഷത്രഭൗതിക പഠനത്തിൽ കാതലായ മാറ്റങ്ങൾക്കു കാരണമായി. സൂര്യന്റെയും മറ്റുനക്ഷത്രങ്ങളുടെയും പ്രകാശസ്പെക്ട്രം അപഗ്രഥിച്ചാൽ അവയുടെ താപനില, മർദം, വിവിധ മൂലകങ്ങളുടെ അനുപാതം, അവയുടെ അയോണികൃതാവസ്ഥ തുടങ്ങിയവയെല്ലാം മനസിലാക്കാമെന്ന് വന്നു. ഇതിനായി സാഹ ഒരു സൂത്രവാക്യം ആവിഷ്കരിച്ചിരുന്നു. ഇതിന്റെ സഹായത്തോടെ ജ്യോതിശാസ്ത്രജ്ഞർ അതേവരെ വിശദീകരിക്കാൻ കഴിയാതിരുന്ന പല നിരീക്ഷണങ്ങൾക്കും വിശദീകരണം

കണ്ടെത്തി. പിൽക്കാലത്ത് ഈ ശാസ്ത്രശാഖയിലുണ്ടായ എല്ലാ വികാസത്തിലും സാഹയുടെ കണ്ടെത്തലുകളുടെ സ്വാധീനം കാണാം. അവയിൽ പലതും സാഹയുടെ ആശയത്തിന്റെ വിപുലീകരണം മാത്രമാണെന്ന് ഭൗതിക ശാസ്ത്രജ്ഞനായ പ്രൊഫ. എസ് റോളണ്ട് എഴുതുന്നു.

1927–ൽ സാഹ റോയൽ സൊസൈറ്റിയിൽ അംഗമായി തെരഞ്ഞെടുക്കപ്പെട്ടു. ഭാരതത്തിൽ ഗവേഷണസ്ഥാപനങ്ങൾ വളർത്തിയെടുക്കാനും അവയെ അന്തർദേശീയ നിലവാരത്തിലേക്കുയർത്താനും മേഘനാഥ സാഹ തന്റെ ജീവിതത്തിലുടനീളം യത്നിച്ചു.

ദാരിദ്ര്യത്തിന്റെ വേദന നന്നായി അറിഞ്ഞിരുന്ന സാഹ ശാസ്ത്രത്തിന്റെ നേട്ടങ്ങൾ ഇന്ത്യയിലെ ദരിദ്രരുടെ ദുരിതമവസാനിപ്പിക്കാനായി എങ്ങനെ പ്രയോജനപ്പെടുത്താം എന്നാണാലോചിച്ചത്. തികഞ്ഞ മനുഷ്യസ്നേഹിയായിരുന്ന സാഹ രാഷ്ട്രീയകാര്യങ്ങളിൽ വളരെയധികം താൽപ്പര്യം കാണിച്ചിരുന്നു. അദ്ദേഹത്തിന്റെ രാഷ്ട്രീയ ചായ്‌വ് മാർക്സിസത്തോടായിരുന്നു. അതുകൊണ്ടുതന്നെ ദന്തഗോപുരവാസിയായി കഴിയാൻ അദ്ദേഹം ആഗ്രഹിച്ചില്ല.

1945 ആസ്ട്രോണമി–ആസ്ട്രോഫിസിക്സ് എന്നിവയുടെ വികസനത്തിനായുള്ള സമിതിയുടെ ചെയർമാൻസ്ഥാനം സാഹ ഏറ്റെടുത്തു. യു പി അക്കാഡമി ഓഫ് സയൻസ് സ്ഥാപിക്കുന്നതിൽ മുൻകൈ എടുത്തതും സാഹയായിരുന്നു. ഈ സ്ഥാപനം പിന്നീട് ഇന്ത്യൻ അക്കാഡമി ഓഫ് സയൻസ് ആയി വളർന്നു.

പഞ്ചവത്സര പദ്ധതികളുടെ പ്രാധാന്യം സാഹ, വളരെ നന്നായി മനസിലാക്കിയിരുന്നു. 1938–ൽ ജവഹർലാൽ നെഹ്റുവിന്റെ നേതൃത്വത്തിൽ, കോൺഗ്രസ്; ദേശീയ ആസൂത്രണ സമിതി രൂപീകരിച്ചപ്പോൾ സാഹ അതിൽ അംഗമായി. എന്നാൽ സ്വാതന്ത്ര്യത്തിനുശേഷം കോൺഗ്രസിൽ യാഥാസ്ഥിതികരുടെ സ്വാധീനം വർധിച്ചത് അദ്ദേഹത്തെ അസ്വസ്ഥനാക്കി. സോഷ്യലിസം എന്ന ആശയത്തിനു പ്രാധാന്യം കുറയുന്നത് കണ്ടപ്പോൾ സാഹ പരസ്യമായി എതിർത്തു. 1951–ൽ കൽക്കത്ത നോർത്ത്–വെസ്റ്റ് മണ്ഡലത്തിൽ നിന്നും ഒരു സ്വതന്ത്രസ്ഥാനാർഥിയായി പ്രൊഫ. സാഹ പാർലമെന്റിലേക്ക് തിരഞ്ഞെടുക്കപ്പെട്ടു.

സോവിയറ്റ് യൂണിയനെ സാഹ ഒരു മാതൃകയാക്കി കണ്ടിരുന്നു. ഘന വ്യവസായങ്ങൾക്കു പ്രാധാന്യം നൽകിയാൽ മാത്രമേ ഭാരതത്തിന് സ്വയംപര്യാപ്തി നേടാൻ കഴിയുകയുള്ളു എന്നദ്ദേഹം വിശ്വസിച്ചു. രണ്ടാം പഞ്ചവത്സര പദ്ധതിയിൽ സർക്കാർ വ്യവസായ വികസനത്തിനാണ് പ്രാധാന്യം നൽകിയത്. പക്ഷേ,അത് കാണാൻ മേഘനാഥ സാഹ കാത്തു നിന്നില്ല. 1956 ഫെബ്രുവരി 16–ാം തീയതി ഡൽഹിയിൽ വച്ച് അദ്ദേഹം നിര്യാതനായി.

രാഷ്ട്രീയത്തിലും സാമൂഹ്യസേവനത്തിലും ശ്രദ്ധ പതിഞ്ഞപ്പോൾ നഷ്ടം ശാസ്ത്രലോകത്തിനായിരുന്നു. സാഹയുടെ അവസാന വർഷങ്ങളിൽ അദ്ദേഹം ഗവേഷണങ്ങളിൽ നിന്നും തികച്ചും അകന്നാണ് ജീവിച്ചത്.

19

സത്യേന്ദ്രനാഥ ബോസ് (1894–1974)

ആറ്റത്തിലെ ഒരു മൗലികകണം ഒരു ഇന്ത്യക്കാരന്റെ പേരിലറിയപ്പെടുന്നുണ്ടെന്ന് നമ്മളിൽ എത്ര പേർക്കറിയാം?

മേരി ക്യൂറി, ദ്രവ്യകണങ്ങളുടെ തരംഗസ്വഭാവം കണ്ടെത്തിയ ലൂയി ഡിബ്രോയി എന്നിവരോടൊപ്പം ഗവേഷണം നടത്തുകയും ആൽബർട്ട് ഐൻസ്റ്റീനുമായി ദീർഘകാലം ആശയവിനിമയം നടത്തുകയും ചെയ്ത ഇന്ത്യൻ ശാസ്ത്രജ്ഞനാണ് സത്യേന്ദ്രനാഥ ബോസ്.

1894 ലെ പുതുവത്സരദിനത്തിലാണ് സത്യേന്ദ്രനാഥ ബോസ് കൽക്കത്തയിൽ ജനിച്ചത്. പിതാവ് സുരേന്ദ്രനാഥ ബോസ് റെയിൽവെ ഉദ്യോഗസ്ഥനായിരുന്നു. സമ്പന്നമായിരുന്നു ബോസിന്റെ ബാല്യകാലജീവിതം.

കൽക്കത്തയിലെ ഹിന്ദുസ്കൂളിൽ പഠിക്കുന്ന കാലത്ത് തന്നെ അധ്യാപകർ ആ കുട്ടിയുടെ അസാധാരണ പ്രതിഭ തിരിച്ചറിഞ്ഞിരുന്നു. അയാൾ മഹാനായ ഗണിതശാസ്ത്രജ്ഞനാവും എന്നായിരുന്നു അവരുടെ പ്രവചനം. സ്കൂൾ വിദ്യാഭ്യാസത്തിനുശേഷം കൽക്കത്തയിലെ പ്രസിഡൻസി കോളേജിൽ ഉപരിപഠനത്തിനായി ചേർന്നു. ഇവിടെ ഇന്ത്യൻ രസതന്ത്രത്തിന്റെ പിതാവായി അറിയപ്പെടുന്ന പ്രഫുല്ല ചന്ദ്ര റേയുടെ ശിഷ്യനാവാൻ അവസരം കിട്ടി. തന്റെ ശിഷ്യന്റെ അസാധാരണമായ കഴിവുകൾ അദ്ദേഹം തിരിച്ചറിഞ്ഞു.

1916–ൽ സത്യേന്ദ്രനാഥ ബോസ് കൽക്കത്താ സർവകലാശാലയിൽ അധ്യാപകനായി ചേർന്നു. അദ്ദേഹത്തിന്റെ ശ്രമഫലമായാണ് കൽക്കത്താ സർവകലാശാലയിൽ ഗണിതശാസ്ത്രത്തിലും ഭൗതികശാസ്ത്രത്തിലും ബിരുദാനന്തര ബിരുദ കോഴ്സ് തുടങ്ങിയത്. ആൽബർട്ട് ഐൻസ്റ്റീന്റെ ആപേക്ഷികതാസിദ്ധാന്തം ഭൗതികശാസ്ത്ര സിലബസിൽ ഉൾപ്പെടുത്തിയിരുന്നു. ബോസിനായിരുന്നു പഠിപ്പിക്കുവാനുള്ള ചുമതല.

ആപേക്ഷികതാ സിദ്ധാന്തത്തിന് അന്ന് പത്ത് വയസേ പ്രായമുള്ളു. ഇന്ത്യയിൽ ആദ്യമായാണ് അത് ഒരു യുണിവേഴ്സിറ്റി സിലബസിൽ ഉൾപ്പെടുത്തുന്നത്. യൂറോപ്പിൽപോലും വളരെ അപൂർവം കോളേജുകളിൽ മാത്രമേ അക്കാലത്ത് ആപേക്ഷികതാ സിദ്ധാന്തം പഠിപ്പിച്ചിരുന്നുള്ളൂ. സിലബസിൽ ഉൾപ്പെടുത്തിയാൽ മാത്രം മതിയോ? പഠിപ്പിക്കാൻ പാഠപുസ്തകങ്ങൾ വേണ്ടേ? ആപേക്ഷികതാ സിദ്ധാന്തത്തെ സംബന്ധിച്ച ഒറ്റപുസ്തകവും അന്ന് ഇംഗ്ലീഷിൽ ലഭ്യമായിരുന്നില്ല. ഐൻസ്റ്റീൻ കൃതികൾ ജർമനിയിൽ നിന്ന് പരിഭാഷപ്പെടുത്തുന്ന ചുമതല സത്യേന്ദ്രനാഥ ബോസ് ഏറ്റെടുത്തു. അങ്ങനെയാണ് 1920–ൽ സാമാന്യ ആപേക്ഷികതാസിദ്ധാന്തത്തിന്റെ ആദ്യ ഇംഗ്ലീഷ് പരിഭാഷ കൽക്കത്താ സർവകലാശാല പ്രസിദ്ധീകരിക്കുന്നത്. ഇത് ചരിത്രസംഭവമാണ്. പക്ഷേ ഇന്നത്തെ ഭൗതികശാസ്ത്ര വിദ്യാർഥികൾക്കുപോലും അറിവില്ലാത്ത കാര്യവുമാണ്.

1923–ൽ ബോസ് ചില കണങ്ങളുടെ ഊർജാവസ്ഥയെക്കുറിച്ചു പഠനം നടത്തുകയായിരുന്നു. ക്വാണ്ടം മെക്കാനിക്സിന്റെ സഹായത്തോടെ ഒരുകൂട്ടം കണങ്ങളുടെ ഊർജവിതരണം കണക്കാക്കാനുള്ള ഒരു സമവാക്യം ബോസ് കണ്ടെത്തി. തന്റെ കണ്ടുപിടിത്തം വിശദീകരിക്കുന്ന ഒരു ലേഖനം തയാറാക്കി അദ്ദേഹം ഒരു ബ്രിട്ടീഷ് ശാസ്ത്രമാസികയ്ക്ക് അയച്ചുകൊടുത്തു. കണ്ടുപിടിത്തത്തിന്റെ മൗലികത തിരിച്ചറിയാഞ്ഞിട്ടോ, അതോ ഇന്ത്യക്കാരന്റേത് ആയതുകൊണ്ടോ എന്തോ അവർ ബോസിന്റെ ലേഖനം പ്രസിദ്ധീകരിച്ചില്ല.

സ്വന്തം കണ്ടുപിടിത്തത്തിന്റെ പ്രാധാന്യം നന്നായി അറിയാമായിരുന്ന ബോസ്, ജർമനിയിലേക്ക് പരിഭാഷപ്പെടുത്തണം എന്ന അഭ്യർഥ

നയോടെ ലേഖനം ആൽബർട്ട് ഐൻസ്റ്റീന് അയച്ചുകൊടുത്തു. പ്രതിഭയ്ക്ക് പ്രതിഭയെ തിരിച്ചറിയാൻ മറ്റൊരാളുടെ ശുപാർശ വേണ്ടല്ലോ. ആ ലേഖനത്തിലെ ആശയത്തിന്റെ പുതുമ അദ്ദേഹത്തിന് വേഗം മനസിലായി. ആ ലേഖനം ഐൻസ്റ്റീൻ തന്നെ വിവർത്തനം ചെയ്ത് ഒരു ജർമൻ ശാസ്ത്രജേർണലിൽ പ്രസിദ്ധീകരിച്ചു. ഇതിനു പുറമെ, ബോസിന്റെ കണ്ടുപിടിത്തത്തെ സ്വന്തം നിലയിൽ വിശദീകരിച്ചുകൊണ്ട് ഒരു ലേഖനവും ഐൻസ്റ്റീൻ എഴുതി.

'ബോസ്–ഐൻസ്റ്റീൻ സ്റ്റാറ്റിസ്റ്റിക്സ്' എന്ന ഭൗതികശാസ്ത്രത്തിന്റെ ഒരു പുതിയ ശാഖയുടെ തുടക്കം ഈ കണ്ടുപിടിത്തത്തിൽ നിന്നാണ്.

പ്രോട്ടോൺ, ഇലക്ട്രോൺ, ന്യൂട്രോൺ എന്നീ മൗലിക കണങ്ങൾക്കു പുറമേ, അസ്ഥിരവും, അൽപ്പായുസുമായ അനേകം കണങ്ങൾ ആറ്റങ്ങളിലുണ്ട്. പൊതുവെ ക്വാർക്കുകൾ എന്നാണിവ അറിയപ്പെടുന്നത്. ഒന്നിനെ മറ്റൊന്നിൽനിന്നും തിരിച്ചറിയാനാവാത്തവിധത്തിലുള്ള കണങ്ങളുടെ ഊർജവിതരണത്തെക്കുറിച്ചുള്ള കണക്കാണ് ബോസ് ഐൻസ്റ്റീൻ സ്റ്റാറ്റിസ്റ്റിക്സ്. ഒരേ ഊർജനിലയിൽ എത്ര കണങ്ങളാവാമെന്നതിനു പരിധി കൽപ്പിക്കപ്പെടുന്നില്ല എന്ന അടിസ്ഥാന പരികൽപ്പനയിൽ നിന്നാണ് ഈ പഠനം തുടങ്ങുന്നത്. ഈ സ്റ്റാറ്റിസ്റ്റിക്സ് അനുസരിക്കുന്ന കണങ്ങൾക്ക്, പിന്നീട് ബോസിന്റെ സ്മരണാർഥം ബോസോണുകൾ എന്നു പേർ കൊടുത്തു. ഫോട്ടോണുകൾ, പൈ–മീസോണുകൾ എന്നിവ ഉദാഹരണങ്ങളാണ്.

പിന്നീട് കുറേക്കാലത്തേക്ക് ബോസിന്റെ പ്രവർത്തനരംഗം യൂറോപ്പായിരുന്നു. 1924–ൽ അദ്ദേഹം ഫ്രാൻസിലെത്തി. മേരി ക്യൂറി, ലൂയി ഡിബ്രോയി എന്നിവരോടൊപ്പം പ്രവർത്തിച്ചു. പക്ഷേ, ആഗ്രഹിച്ചതു പോലെ ഐൻസ്റ്റീന്റെ കൂടെ ഗവേഷണം നടത്താൻ അദ്ദേഹത്തിനു കഴിഞ്ഞില്ല. ഡൈറാക്, സീമാൻ, ഷ്റോഡിംഗർ തുടങ്ങിയ പ്രശസ്ത ഭൗതികഗണിതശാസ്ത്രജ്ഞന്മാരുടെ കണ്ടുപിടിത്തങ്ങളിലും ബോസിന്റെ സംഭാവനയുണ്ടായിട്ടുണ്ട്.

സ്വദേശി പ്രസ്ഥാനവുമായി അടുത്ത ബന്ധമുള്ളയാളായിരുന്നു സത്യേന്ദ്രനാഥ ബോസ്. പഠിക്കുന്നതും പഠിപ്പിക്കുന്നതും മാതൃഭാഷയിലാവണമെന്ന് അദ്ദേഹം ഉറച്ചുവിശ്വസിച്ചു. ശാസ്ത്രം സാധാരണക്കാരിലെത്തണമെങ്കിൽ പഠിക്കുന്നത് മാതൃഭാഷയിൽത്തന്നെയാവണമെന്ന് അദ്ദേഹം വാദിച്ചു. അദ്ദേഹത്തെ സംബന്ധിച്ചിടത്തോളം ജനങ്ങളോടുള്ള പ്രതിബദ്ധത നിറവേറ്റാനുള്ള ഒരു മാർഗമായിട്ടാണ് അദ്ദേഹം ശാസ്ത്രഗവേഷണത്തെയും കണ്ടത്. ഇന്ത്യയിലെ ജനകീയ ശാസ്ത്രപ്രവർത്തനങ്ങളുടെ തുടക്കക്കാരനായും സത്യേന്ദ്രനാഥ ബോസ് കണക്കാക്കപ്പെടുന്നു.

ബോസ് തന്റെ ഗവേഷണങ്ങളുടെ പേരിൽ അനേകം ബഹുമതികൾ നേടിയിട്ടുണ്ട്. അലഹബാദ്, കൽക്കത്ത, ഡൽഹി, ജാദവ്പൂർ യൂണിവേഴ്സിറ്റികളും ഇന്ത്യൻ സ്റ്റാറ്റിസ്റ്റിക്കൽ ഇൻസ്റ്റിറ്റ്യൂട്ടും അദ്ദേഹത്തിന്

ഓണററി ഡോക്ടറേറ്റ് നൽകി ആദരിച്ചിട്ടുണ്ട്. ലണ്ടനിലെ റോയൽ സൊസൈറ്റി അദ്ദേഹത്തിന് ഫെലോഷിപ്പ് നൽകി. ഭാരത സർക്കാർ പത്മ വിഭൂഷൻ ബഹുമതി നൽകി അദ്ദേഹത്തെ അംഗീകരിച്ചു. സത്യേന്ദ്രനാഥ ബോസ് രാജ്യസഭാംഗമായും സേവനമനുഷ്ഠിച്ചിട്ടുണ്ട്.

1974 ഫെബ്രുവരി നാലിന് തന്റെ എൺപതാം വയസിൽ സത്യേന്ദ്ര നാഥ ബോസ് അന്തരിച്ചു.

ബോസിന്റെ കഥയുടെ ഒരനുബന്ധം കൂടി പറയാം. ബോസ്-ഐൻസ്റ്റീൻ സ്റ്റാറ്റിസ്റ്റിക്സ് വിശദീകരിക്കവെ, ഈ നിയമം ഫോട്ടോണുകൾക്ക് മാത്രമല്ല, വാതക തന്മാത്രകൾക്കും ബാധകമാവുമെന്ന് ഐൻസ്റ്റീൻ പ്രവചിച്ചിരുന്നു. എന്നാൽ 1995-ൽ മാത്രമേ ഇത് തെളിയിക്കാൻ സാധിച്ചുള്ളു. വളരെ താഴ്ന്ന ഊഷ്മാവിലെത്തുമ്പോൾ ഒരു വാതകത്തിലെ കുറേയധികം ആറ്റങ്ങൾ ഘനീഭവിച്ച് ഏറ്റവും കുറഞ്ഞ ഊർജാവസ്ഥയിലെത്തുന്നു. ഇതാണ് ബോസ്-ഐൻസ്റ്റീൻ കണ്ടൻസേഷൻ (Bose - Einstein Condensation). ഈ കണ്ടുപിടിത്തത്തിനാണ് 2001-ൽ അമേരിക്കൻ ശാസ്ത്രജ്ഞന്മാരായ എറിക് എ കോൺനൽ, വുൾഫാങ് കെറ്റിൽ എന്നിവർക്ക് ഭൗതികശാസ്ത്രത്തിനുള്ള നോബൽ സമ്മാനം ലഭിച്ചത്.

20

എൻറികോ ഫെർമി (1901–1954)

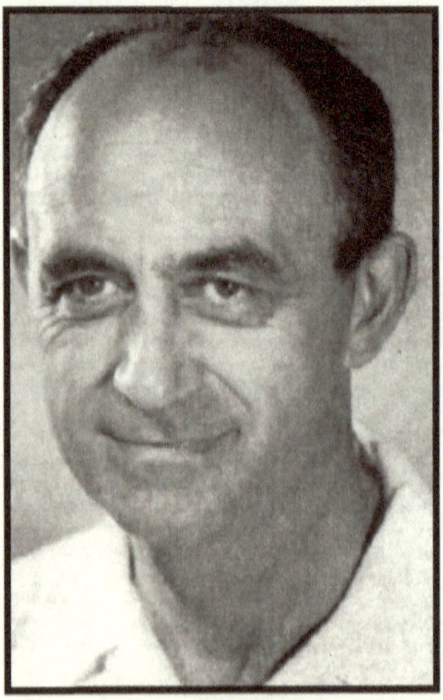

ആൽബർട്ട് ഐൻസ്റ്റീൻ തന്റെ അപേക്ഷികതാ സിദ്ധാന്തം ആവിഷ്കരിക്കുമ്പോൾ എൻറികോഫെർമി ഒരു കിന്റർഗാർട്ടെൻ വിദ്യാർഥി മാത്രമായിരുന്നു. ദ്രവ്യത്തെ ഊർജമാക്കി മാറ്റാമെന്ന പ്രസിദ്ധമായ സമവാക്യം, $E = mc^2$ ഈ സിദ്ധാന്തത്തിന്റെ ഭാഗമായി വന്നതാണെന്ന് നാം കണ്ടു കഴിഞ്ഞു. അണുബോംബ്, ഹൈഡ്രജൻ ബോംബ്, അണുശക്തി നിലയങ്ങൾ തുടങ്ങിയവയുടെ അടിസ്ഥാന സൂത്രവാക്യമാണിത്.

എന്നാൽ ഈ ആശയം ഉപയോഗപ്പെടുത്തി, ആദ്യമായി നിയന്ത്രിത അണുകേന്ദ്ര പ്രതിപ്രവർത്തനം വഴി ആണവോർജത്തെ സ്വതന്ത്രമാക്കിയത് ഇറ്റാലിയൻ ശാസ്ത്രജ്ഞനായ എൻറികോഫെർമിയാണ്. ആണവോർജയുഗത്തിന് തുടക്കം കുറിച്ചത് അദ്ദേഹത്തിന്റെ കണ്ടുപിടിത്തങ്ങളാണ്.

1901 സെപ്റ്റംബർ 29-ാം തീയതി ഇറ്റലിയിലെ റോമിലാണ് എൻറികോഫെർമി ജനിച്ചത്. പിതാവായ ആൽബർട്ടോഫെർമി ഗതാഗത വകുപ്പിലെ ഉദ്യോഗസ്ഥനായിരുന്നു. അതിബുദ്ധിമാനായിരുന്ന ആ ബാലനെ ഗണിതത്തിന്റെയും ഭൗതികത്തിന്റെയും വിസ്മയങ്ങളിലേക്ക് കൈപിടിച്ചാനയിച്ചത് പിതാവിന്റെ സഹപ്രവർത്തകനായ ഒരു എഞ്ചിനീയറായിരുന്നു. ഇരുപത്തൊന്നാം വയസിൽ പിസാ സർവകലാശാലയിൽ നിന്ന് ഫിസിക്സിൽ ഡോക്ടറേറ്റ് നേടി. പഠിക്കുന്ന കാലത്തു തന്നെ ഐൻസ്റ്റീന്റെ ആപേക്ഷികതാ സിദ്ധാന്തത്തിൽ അതീവ തൽപ്പരനായിരുന്നു ഫെർമി. സർവകലാശാലയിൽ വച്ച് ആപേക്ഷികതാ സിദ്ധാന്തത്തെക്കുറിച്ച് അധ്യാപകർക്കും സഹപ്രവർത്തകർക്കും അദ്ദേഹം ക്ലാസുകളെടുത്തിരുന്നത്രെ. ഈ വിഷയത്തെ അധികരിച്ച് നിരവധി ലേഖനങ്ങളും അദ്ദേഹമെഴുതി.

ഡോക്ടറേറ്റ് നേടിയതിനുശേഷം കുറച്ചുകാലം ജർമനിയിൽ മാക്സ്ബോണിന്റെ കീഴിൽ ഗവേഷണം നടത്തിയെങ്കിലും ഫെർമി ഇറ്റലിയിലേക്ക് തന്നെ മടങ്ങി. തിരിച്ചെത്തിയ അദ്ദേഹം റോം സർവകലാശാലയിൽ പ്രൊഫസർ ജോലി സ്വീകരിച്ചു. ഇലക്ട്രോണുകളെക്കുറിച്ചുള്ള തന്റെ ഗവേഷണങ്ങൾ അദ്ദേഹം ഇവിടെ വച്ചാണ് തുടങ്ങുന്നത്. വാതകങ്ങളുടെയും ലോഹങ്ങളുടെയും ആറ്റങ്ങളിലുള്ള ഇലക്ട്രോണുകളുടെ പല പ്രത്യേകതകളും അദ്ദേഹം കണ്ടെത്തി. ലോഹങ്ങളിലൂടെയുള്ള വൈദ്യുത ചാലനത്തിന് ഇലക്ട്രോണുകൾ എങ്ങനെ സഹായകമാവുന്നു എന്നും അദ്ദേഹം വിശദീകരിച്ചു. 'ഫെർമിയോണു'കൾ എന്ന് പിൽക്കാലത്ത് അറിയപ്പെട്ട മൗലിക കണങ്ങളെ ഫെർമി കണ്ടെത്തുന്നതും ഇതേ കാലത്താണ്.

ആറ്റങ്ങളെക്കുറിച്ചുള്ള പഠനങ്ങളെ സംബന്ധിച്ചിടത്തോളം മുപ്പതുകൾ ഒരു വസന്തകാലമായിരുന്നു. ലൂയി ഡിബ്രോയി, പോൾ ഡിറാക്, എർവിൻ ഷ്റോഡിംഗർ തുടങ്ങിയ പ്രതിഭാശാലികൾ തിളങ്ങി നിന്നകാലം. 1932-ൽ ജെയിംസ് ചാഡ്വിക് എന്ന ഇംഗ്ലീഷ് ശാസ്ത്രജ്ഞൻ ആറ്റത്തിന്റെ ന്യൂക്ലിയസിനകത്ത് പോസിറ്റീവ് ചാർജ് ഉള്ള പ്രോട്ടോണുകളോടൊപ്പം വൈദ്യുതചാർജില്ലാത്ത ഒരുതരം കണവുമുണ്ടെന്ന് കണ്ടെത്തി. അദ്ദേഹം ഇതിന് ന്യൂട്രോൺ എന്ന് പേരും നൽകി. ന്യൂക്ലിയസിന്റെ ദ്രവ്യമാനം കണക്കാക്കാനും ചാഡ്വിക്കിന് സാധിച്ചു.

ചാഡ്വിക്കിന്റെ കണ്ടുപിടിത്തം ഫെർമിയുടെ അസാധാരണ പ്രതിഭയിൽ പുതിയ ആശയങ്ങൾ വിടർത്തി. അണുകേന്ദ്രത്തെ വിഭജിച്ച് അതിൽ നിന്നും ഊർജം സ്വതന്ത്രമാക്കാനുള്ള പരിശ്രമത്തിലേർപ്പെട്ടിരി

ക്കുകയായിരുന്നു അദ്ദേഹം. അണുകേന്ദ്രമായ ന്യൂക്ലിയസിനെ പ്രോട്ടോണുകളുമായി കൂട്ടിയിടിപ്പിക്കുകയായിരുന്നു ഇതിനു കണ്ടെത്തിയ മാർഗം. എന്നാൽ പ്രോട്ടോണിന്റെ പോസിറ്റീവ് ചാർജും ന്യൂക്ലിയസിലെ പോസിറ്റീവ് ചാർജും തമ്മിൽ വികർഷിച്ച് കൂട്ടിയിടി അസാദ്ധ്യമാക്കും. ഇതിനെ മറികടക്കണമെങ്കിൽ പ്രോട്ടോണുകളെ ത്വരിപ്പിച്ച് വളരെ ഉയർന്ന ഊർജ നിലയിൽ എത്തിക്കണം. എന്നാൽ ന്യൂക്ലിയസുമായി കൂട്ടിയിടിക്കാൻ ചാർജ് രഹിത ന്യൂട്രോണുകളെ ഉപയോഗിച്ചാലോ? അപ്പോൾ ഈ പ്രശ്നമുണ്ടാവില്ല. ആ വഴിക്ക് പോയി ഫെർമിയുടെ ചിന്തയും ഗവേഷണവും. ന്യൂക്ലിയസുമായി കൂട്ടിയിടിക്കാൻ ന്യൂട്രോണുകളെ ഫലപ്രദമായി ഉപയോഗിക്കാമെന്നു മാത്രമല്ല, വേഗത കുറഞ്ഞ ന്യൂട്രോണുകളാണ് ന്യൂക്ലിയർ സംഘട്ടനത്തിന് ഏറ്റവും അനുയോജ്യമെന്നും ഫെർമി കണ്ടെത്തി.

ന്യൂട്രോണുകളുടെ വേഗത കുറയ്ക്കുകയായിരുന്നു അടുത്തലക്ഷ്യം. അതിനായി ഫെർമിയും സഹപ്രവർത്തകരും വിവിധ മാർഗങ്ങൾ ആരാഞ്ഞു. ഒടുവിൽ പാരഫിൻ ഫിൽട്ടറാണ് ഇതിനേറ്റവും സുഗമമായ വഴിയെന്ന് അവർ കണ്ടെത്തി. അങ്ങനെ പാരഫിൻ ഫിൽട്ടറിലൂടെ കടത്തിവിട്ട് വേഗത കുറച്ച ന്യൂട്രോൺ കിരണാവലിയെ ഒരു ആറ്റത്തിന്റെ അണുകേന്ദ്രം വളരെ വേഗത്തിൽ ആഗിരണം ചെയ്യുന്നതായി ഫെർമി കണ്ടെത്തി. ഇത്തരത്തിൽ ന്യൂട്രോണുകളെ ആഗിരണം ചെയ്യുന്നതോടെ ആ ന്യൂക്ലിയസ് ഒരു ബീറ്റാകണം ഉൽസർജിക്കുന്നു. നെഗറ്റീവ് ചാർജുള്ള ബീറ്റാകണം നഷ്ടപ്പെടുന്നതോടെ ആ ആറ്റത്തിന്റെ പോസിറ്റീവ് ചാർജ് വർധിക്കുകയും അത് ഉയർന്ന ആറ്റോമിക സംഖ്യയുള്ള മറ്റൊരു ആറ്റമായി മാറുകയും ചെയ്യുന്നു. ഈ പ്രതിഭാസത്തെക്കുറിച്ച് ഫെർമിയുടെ നിഗമനങ്ങൾ ഇതായിരുന്നു. ന്യൂക്ലിയസിലെത്തുന്ന ഓരോ ന്യൂട്രോണും മൂന്ന് കണങ്ങളായി മാറുന്നു. ഒരു പ്രോട്ടോൺ, മറ്റൊന്ന് ഇലക്ട്രോണിന് സമാനമായ ബീറ്റാകണം, മൂന്നാമത്തേത് ഭാരമോ വൈദ്യുത ചാർജോ ഇല്ലാത്ത ന്യൂട്രിനോ. ഈ തത്വമുപയോഗിച്ച് ആവർത്തനപ്പട്ടികയിൽ യുറേനിയത്തിന് മുകളിലുള്ള മൂലകം കൃത്രിമമായി നിർമിക്കുന്നതിൽ ഫെർമി വിജയിച്ചു. ഈ കണ്ടുപിടിത്തത്തിനാണ് 1938–ലെ ഫിസിക്സിനുള്ള നോബൽ സമ്മാനം ഫെർമിക്ക് ലഭിച്ചത്.

ഇറ്റലിയിൽ മുസോളിനിയുടെ ഫാസിസ്റ്റ് ഭരണത്തിന്റെ കീഴിൽ ജീവിതം ദുസ്സഹമായിക്കൊണ്ടിരിക്കുകയായിരുന്നു. തുടക്കത്തിൽ ജൂതവിരോധിയല്ലായിരുന്ന മുസോളിനി ഹിറ്റ്ലറുടെ പ്രേരണ നിമിത്തം ജൂതപീഡനം തുടങ്ങി. ഫെർമിയുടെ ഭാര്യ ലാറ ഒരു ജൂതസ്ത്രീയായിരുന്നു. സ്റ്റോക്ക് ഹോമിൽ നോബൽ സമ്മാനം സ്വീകരിക്കാൻ പോയ ഫെർമിയും കുടുംബവും പിന്നീട് ഇറ്റലിയിലേക്ക് പോയില്ല. അമേരിക്കയിലെത്തിയ ഫെർമി 1939–ൽ കൊളംബിയ യൂണിവേഴ്സിറ്റിയിലെ ഫിസിക്സ് വിഭാഗത്തിൽ അധ്യാപകനായി ചേർന്നു. ഇവിടെയും അദ്ദേഹം തന്റെ ഗവേഷണങ്ങൾ തുടർന്നു.

വേഗത കുറഞ്ഞ ന്യൂട്രോണുകൾ യുറേനിയം ആറ്റത്തിന്റെ ന്യൂക്ലിയസിനെ പിളർക്കുമ്പോൾ പുതിയതായി ഏതാനും ന്യൂട്രോണുകളും ഉണ്ടാവുന്നുണ്ട്. ഇവയെ വേഗത കുറച്ചു കൊണ്ടുവന്നാൽ വീണ്ടും അണുകേന്ദ്ര വിഘടനത്തിന് ഉപയോഗിക്കാം. ഈ രീതിയിൽ അണുകേന്ദ്ര ശൃംഖലാ പ്രവർത്തനം സാധ്യമായാൽ ചുരുങ്ങിയ സമയംകൊണ്ട് അതിഭീമമായ തോതിൽ ഊർജം ഉൽപ്പാദിപ്പിക്കാൻ കഴിയുന്നു. ഈ ആശയത്തിന്റെ അടിസ്ഥാനത്തിലാണ് ആദ്യത്തെ ആറ്റോമിക് പൈൽ (ആറ്റോമിക് റിയാക്ടർ) ചിക്കാഗോ സർവകലാശാലയിൽ സ്ഥാപിച്ചത്.

വളരെ ലളിതമായിരുന്നു ഫെർമി സംവിധാനം ചെയ്ത ആണവ റിയാക്ടർ അഥവാ ആറ്റോമിക് പൈൽ. യുറേനിയവും ഗ്രാഫൈറ്റും ഒന്നിനുമേൽ മറ്റൊന്നായി വച്ചു നിർമിച്ച അടുക്കിലെ ദ്വാരങ്ങളിൽക്കൂടി കാഡ്മിയം ദണ്ഡുകൾ ഉയർത്തുകയും താഴ്ത്തുകയും ചെയ്യുന്നു. യുറേനിയം അണു വിഘടിക്കുമ്പോൾ ഉണ്ടാവുന്ന ന്യൂട്രോണുകളെ ഗ്രാഫൈറ്റ് മന്ദഗതിയിലാക്കുന്നു. ഈ ന്യൂട്രോണുകൾ ശൃംഖലാപ്രവർത്തനത്തിന് കാരണമാവുന്നു. 1942-ഡിസംബർ രണ്ടിനാണ് ഫെർമിയുടെ ആറ്റോമിക് പൈൽ പരീക്ഷണം വിജയിച്ചത്. 40 മിനിട്ട് പ്രവർത്തിച്ച റിയാക്ടറിൽ നിന്ന് .5 വാട്ട് ഊർജം മാത്രമേ ലഭിച്ചുള്ളൂ. എങ്കിലും അത് ഒരു യുഗത്തിന്റെ ആരംഭമായിരുന്നു.

പിന്നീടുണ്ടായതെല്ലാം ചരിത്രമാണ്. ആണവറിയാക്ടറിന്റെ പ്രവർത്തന വിജയം ശാസ്ത്രജ്ഞന്മാരെ ഉത്തേജിതരാക്കി. ലോകമഹായുദ്ധം കൊടുമ്പിരിക്കൊള്ളുന്ന കാലം. ആണവശക്തിയെ ഒരു ആയുധമാക്കി മാറ്റാനുള്ള പദ്ധതിക്ക് അംഗീകാരത്തിനായി ഐൻസ്റ്റീൻ അടക്കമുള്ള ശാസ്ത്രജ്ഞർ അമേരിക്കൻ പ്രസിഡണ്ട് റൂസ്‌വെൽറ്റിനെ സമീപിച്ചിരുന്നു. ജർമനിയിൽ ഹിറ്റ്ലർ അണുബോംബ് നിർമിക്കാൻ ശ്രമം തുടങ്ങി എന്നാണ് ഇതിനവർ പറഞ്ഞ കാരണം. അതിനാൽ ഫെർമിയുടെ പരീക്ഷണങ്ങൾക്ക് സർക്കാരിൽ നിന്നും ധനസഹായം ലഭിച്ചിരുന്നു. പരീക്ഷണം വിജയിച്ചതോടെ അണുബോംബ് എന്ന സ്വപ്നം യഥാർഥമാവുമെന്ന് അവർക്ക് തീർച്ചയായി. ഇതിനായി രൂപീകരിച്ച മാൻഹട്ടൻ പ്രോജക്റ്റിന്റെ ഡയറക്ടർമാരിലൊരാൾ ഫെർമിയായിരുന്നു. 1945 ജൂലൈ 16-ാം തീയതി മെക്സിക്കോ മരുഭൂമിയിൽ അമേരിക്ക ആദ്യത്തെ അണുബോംബ് പരീക്ഷിക്കുമ്പോൾ ഒരു നിരീക്ഷകനായി ഫെർമിയും അവിടെ ഉണ്ടായിരുന്നു. അതിന് തൊട്ട് മുൻപത്തെ വർഷം തന്നെ അദ്ദേഹം അമേരിക്കൻ പൗരത്വം സ്വീകരിച്ചിരുന്നു.

യുദ്ധത്തിനുശേഷം ഫെർമി ചിക്കാഗോവിലെ ഇൻസ്റ്റിറ്റ്യൂട്ട് ഓഫ് ന്യൂക്ലിയാർ സ്റ്റഡീസിന്റെ ഡയറക്ടറായി നിയമിക്കപ്പെട്ടു. 1954-ൽ തന്റെ മരണംവരെയും അദ്ദേഹം അവിടെ തുടർന്നു. ഇന്ന് ആ സ്ഥാപനം എൻറികോ ഫെർമിയുടെ പേരിലാണ് അറിയപ്പെടുന്നത്. അദ്ദേഹത്തിന്റെ മരണശേഷം കണ്ടെത്തിയ മൂലകത്തിന് ഫെർമിയം എന്ന പേര് നൽകി ശാസ്ത്രലോകം അദ്ദേഹത്തെ ആദരിച്ചു.

ലോകപ്രശസ്തനായ ആണവശാസ്ത്രജ്ഞനായി അറിയപ്പെടുമ്പോഴും സ്വകാര്യജീവിതത്തിൽ അദ്ദേഹം തികച്ചും സാധാരണക്കാരനായി ജീവിച്ചു. തന്റെ പരീക്ഷണശാലയ്ക്ക് പുറത്തെ ലോകത്തെ പൂർണമായും അവഗണിച്ച അദ്ദേഹത്തിന് അമിതമായ പ്രശസ്തി പലപ്പോഴും ഉപദ്രവമായിട്ടാണ് തോന്നിയത്. പൊതുപരിപാടികളും സൽക്കാരങ്ങളും ഒഴിവാക്കിയ ഫെർമി, സ്വന്തം പരീക്ഷണശാലയിലെ ചെറിയ ചെറിയ ജോലികൾ പോലും സ്വയം ചെയ്യുമായിരുന്നു. പരീക്ഷണശാലയ്ക്ക് പുറത്ത് അദ്ദേഹത്തിന് ഇഷ്ടപ്പെട്ട വിഷയം കാറുകളായിരുന്നു. സ്നേഹിതരുടെ കാറുകൾ റിപ്പയർ ചെയ്യാൻപോലും ആ മഹാശാസ്ത്രജ്ഞൻ സമയം കണ്ടെത്തിയിരുന്നത്രെ.

ഏത് സങ്കീർണമായ പ്രശ്നത്തിനും ലളിതമായ വഴികളിലൂടെ ഉത്തരം കണ്ടെത്തിയിരുന്ന ഫെർമി, ഇരുപതാം നൂറ്റാണ്ടിൽ ജീവിച്ചിരുന്ന ഏറ്റവും മഹാന്മാരായ ശാസ്ത്രജ്ഞരിൽ ഒരാളായി എന്നും സ്മരിക്കപ്പെടും.

21

ഹോമി ജഹാംഗീർ ഭാഭ (1909–1960)

ഇരുപതാം നൂറ്റാണ്ടിലെ ഭൗതികശാസ്ത്രജ്ഞന്മാരുടെയിടയിൽ ഭാരതീയനായ ഹോമി ജെ ഭാഭയുടെ പ്രശസ്തി സി വി രാമന്റേതിനെക്കാൾ ഒട്ടും താഴെയായിരുന്നില്ല. കോസ്മിക് രശ്മികളായിരുന്നു അദ്ദേഹത്തിന്റെ ഇഷ്ട വിഷയം. തന്റെ ഗവേഷണങ്ങൾ വഴി കോസ്മിക് രശ്മികളെക്കുറിച്ച് നിരവധി ശാസ്ത്രസത്യങ്ങൾ കണ്ടെത്താനും ഭാഭയ്ക്ക്

കഴിഞ്ഞു. ഇന്ത്യയുടെ ആണവപദ്ധതികൾക്ക് അടിത്തറപാകിയതും മറ്റാരുമല്ല.

1909 ഒക്ടോബർ 30 ന് ബോംബെയിലാണ് ഹോമി ജഹാംഗീർ ഭാഭ ജനിച്ചത്. വളരെ സമ്പന്നമായ ഒരു പാഴ്സി കുടുംബമായിരുന്നു അദ്ദേഹത്തിന്റേത്. കുട്ടിക്കാലത്ത് തന്നെ അദ്ദേഹത്തിന് ശാസ്ത്ര വിഷയങ്ങളോട് ആഭിമുഖ്യമുണ്ടായിരുന്നു. സമ്പന്നമായ കുടുംബ പശ്ചാത്തലവും അതിന് സഹായകമായിരുന്നു. സ്വന്തമായി നല്ലൊരു ശാസ്ത്രലൈബ്രറി അദ്ദേഹം വീട്ടിൽ സജ്ജീകരിച്ചിരുന്നു.

പഠനത്തിൽ സമർഥനായ മകനെ എഞ്ചിനീയർ ആക്കാനായിരുന്നു പിതാവിന്റെ ആഗ്രഹം. അതിനായി അദ്ദേഹം ഭാഭയെ ഇംഗ്ലണ്ടിലേക്ക് അയച്ചു. എന്നാൽ ശുദ്ധശാസ്ത്രത്തിന്റെ വഴി പിന്തുടരാനായിരുന്നു മകന് താൽപ്പര്യം. അങ്ങനെ അദ്ദേഹം ഫിസിക്സ് പഠിക്കാൻ ചേർന്നു. 1935-ൽ കേംബ്രിഡ്ജ് യൂണിവേഴ്സിറ്റിയിൽ നിന്ന് ഫിസിക്സിൽ പി എച്ച് ഡി നേടി. എൻറികോ ഫെർമിയോടൊത്ത് പ്രവർത്തിക്കാനുള്ള അവസരവും അദ്ദേഹത്തിനു ലഭിച്ചു.

രണ്ടാം ലോകമഹായുദ്ധം തുടങ്ങുകയും പ്രമുഖ ശാസ്ത്രജ്ഞന്മാർ പോലും ഉയർന്ന പ്രഹരശേഷിയുള്ള ആയുധനിർമാണത്തിനായി പ്രവർത്തിക്കാൻ തുടങ്ങുകയും ചെയ്തപ്പോൾ ഭാഭ യൂറോപ്പു വിട്ട് മാതൃരാജ്യത്തേയ്ക്കു മടങ്ങി. ശാസ്ത്രനേട്ടങ്ങളെ ദുരുപയോഗപ്പെടുത്തുന്നതിനോട് അദ്ദേഹത്തിന് ഒരിക്കലും യോജിക്കാൻ കഴിഞ്ഞിരുന്നില്ല.

ഇന്ത്യയിൽ തിരിച്ചെത്തിയ അദ്ദേഹം ബാംഗ്ലൂരിലെ ഇന്ത്യൻ ഇൻസ്റ്റിറ്റ്യൂട്ട് ഓഫ് സയൻസിൽ ചേർന്നു. കോസ്മിക് രശ്മികൾ, ആറ്റത്തിലെ മൗലികകണങ്ങൾ, ക്വാണ്ടം ബലതന്ത്രം എന്നിവയായിരുന്നു അദ്ദേഹത്തിന്റെ ഗവേഷണ വിഷയങ്ങൾ.

ആറ്റങ്ങളിലെ മൗലികകണങ്ങളായ പോസിട്രോണുകളെക്കുറിച്ചു (ഇലക്ട്രോണിനു സമാനമായ ദ്രവ്യമാനം, ഊർജവിതരണം എന്നിവയുള്ളതും എന്നാൽ പോസിറ്റീവ് ചാർജ് വഹിക്കുന്നതുമായ മൗലികകണമാണ് പോസിട്രോൺ) കോസ്മിക് രശ്മികളിലുള്ള ഗാമാ വികിരണങ്ങളെക്കുറിച്ചും അദ്ദേഹം ശ്രദ്ധേയമായ പഠനങ്ങൾ നടത്തിയിട്ടുണ്ട്. അദ്ദേഹത്തിന്റെ മറ്റൊരു പഠനമേഖല മെസോണുകളായിരുന്നു. ആറ്റത്തിലെ ഒരിനം മൗലികകണങ്ങളാണ് മെസോണുകളും. ചില മെസോണുകൾ നെഗറ്റീവ് ചാർജ് വഹിക്കുന്നവയും മറ്റുചിലത് പോസിറ്റീവ് ചാർജ് വഹിക്കുന്നവയുമാണ്. ചലിച്ചുകൊണ്ടിരിക്കുന്ന മെസോണുകളുടെ ആയുസിനെ ഐൻസ്റ്റീന്റെ ആപേക്ഷികതാ സിദ്ധാന്തവുമായി ബന്ധപ്പെടുത്തിയാണ് അദ്ദേഹം വിശദീകരിച്ചത്. ലണ്ടനിലെ റോയൽ സൊസൈറ്റിയും ഇന്ത്യൻ സയൻസ് അക്കാഡമിയും അദ്ദേഹത്തെ ഫെലോ ആയി തെരഞ്ഞെടുത്തു.

ഇന്ത്യൻ അണുശക്തി കമീഷന്റെ ആദ്യത്തെ ചെയർമാനായി ഹോമ ജെ ഭാഭ തെരഞ്ഞെടുക്കപ്പെട്ടപ്പോൾ ആർക്കും അത്ഭുതം തോന്നിയില്ല. 1948 ലാണ് അണുശക്തി കമ്മീഷൻ നിലവിൽ വന്നത്. അതിനു മുൻപേ, 1945-ൽ അദ്ദേഹത്തിന്റെ ശ്രമഫലമായാണ് ബോംബെയിൽ ടാറ്റാ ഫണ്ട മെന്റൽ റിസർച്ച് ഇൻസ്റ്റിറ്റ്യൂട്ട് സ്ഥാപിതമായത്.

ഭാഭയുടെ നേതൃത്വത്തിൽ ഭാരതത്തിൽ അണുശക്തി ഗവേഷണം ഒരു കുതിച്ചുചാട്ടം തന്നെ നടത്തി. ട്രോംബെയിൽ 'അപ്സര' എന്ന ആദ്യത്തെ അണുറിയാക്ടർ സ്ഥാപിതമായതോടെ അദ്ദേഹത്തിന്റെ സ്വപ്നങ്ങൾ പൂവണിയാൻ തുടങ്ങി. തുടർന്ന് സൈറസ്, സെർലീന എന്നീ പ്ലാന്റുകളും സമ്പുഷ്ട യുറേനിയം പ്ലാന്റും സ്ഥാപിച്ചു. 1963 ലാണ് താരാപ്പൂർ അണുശക്തി നിലയം സ്ഥാപിതമായത്. സമ്പുഷ്ട യുറേനിയമായിരുന്നു ഇവിടെ ഇന്ധനമായി ഉപയോഗിച്ചിരുന്നത്. 1965-ൽ ഇന്ത്യയിൽ ആദ്യത്തെ പ്ലൂട്ടോണിയം പ്ലാന്റ് നിലവിൽ വന്നു. യുറേനിയത്തേക്കാൾ അണുഭാരം കൂടുതലുള്ള ഒരു റേഡിയോആക്റ്റീവ് മൂലകമാണ് പ്ലൂട്ടോണിയം. 13 വ്യത്യസ്ത ആറ്റോമികഭാരമുള്ള ഐസോടോപ്പുകളാണ് പ്ലൂട്ടോണിയത്തിനുള്ളത്. ഇതിൽ പ്ലൂട്ടോണിയം 239 ആണ് ഏറ്റവും പ്രധാനം. അണുറിയാക്ടറുകളിൽ ഇതാണ് ഇന്ധനമായി ഉപയോഗിക്കുന്നത്. ഭാരതം സമാധാനാവശ്യങ്ങൾക്കായി അണുശക്തി ഉപയോഗിക്കണമെന്നും സ്വന്തമായി അണുവിസ്ഫോടനം നടത്താനുള്ള ശേഷി നേടണമെന്നുമായിരുന്നു ഭാഭയുടെ വലിയ മോഹം.

ലോകമെങ്ങും അംഗീകാരം നേടിയ ഭാരതീയ ശാസ്ത്ര പ്രതിഭയായിരുന്നു ഡോ. ഭാഭ. റോയൽ സൊസൈറ്റിയുടെ ഫെലോഷിപ്പിനു പുറമേ മറ്റനേകം വിദേശ ബഹുമതികളും അദ്ദേഹം നേടിയിട്ടുണ്ട്. അമേരിക്കൻ അക്കാഡമി ഓഫ് ആർട്ട്സ് ആൻഡ് സയൻസ്, എഡിൻബറോ റോയൽ സൊസൈറ്റി, കേംബ്രിഡ്ജ് യൂണിവേഴ്സിറ്റി എന്നീ സ്ഥാപനങ്ങളും അദ്ദേഹത്തിന് ഫെലോഷിപ്പു നൽകി. ഹോപ്കിൻസ് പ്രൈസ്, മെൽഷെറ്റ് അവാർഡ് എന്നിവയും അദ്ദേഹത്തെ തേടിവന്നു. 1954-ൽ ഭാരതഗവൺമെന്റ് അദ്ദേഹത്തെ പത്മഭൂഷൻ നൽകി ആദരിച്ചു.

ഇലക്ട്രോണിക്സ്, ബഹിരാകാശശാസ്ത്രം, റേഡിയോ, ആസ്ട്രോണമി എന്നിവയും അദ്ദേഹത്തിന്റെ ഇഷ്ടവിഷയങ്ങളായിരുന്നു. ഊട്ടിയിലെ റേഡിയോ ടെലസ്കോപ്പ് അദ്ദേഹത്തിന്റെ സംഭാവനയാണ്.

1966 ജനുവരി 24-ാം തീയതി ഒരു വിദേശയാത്രയ്ക്കിടയിൽ ആൽപ്സ് പർവതത്തിനു മുകളിലുണ്ടായ ഒരു വിമാനാപകടത്തിൽ ആ മഹാശാസ്ത്രജ്ഞൻ കൊല്ലപ്പെട്ടു. ഇന്ത്യയിൽ അണുഗവേഷണം വളരെ ചിട്ടയായി നടക്കുന്ന സമയത്തു സംഭവിച്ച ഈ ദുരന്തം ഉത്തരം കിട്ടാത്ത കുറേയധികം ചോദ്യങ്ങളുയർത്തിയെന്നത് ഒരു സത്യമാണ്. ഭാഭയുടെ മരണത്തെത്തുടർന്ന് അണുശക്തി കമ്മീഷൻ ചെയർമാനായത് ഡോ. വിക്രം സാരാഭായിയായിരുന്നു.

1975 ഇന്ത്യ രാജസ്ഥാനിലെ പൊഖ്റാനിൽ ആദ്യത്തെ അണു വിസ്ഫോടനം നടത്തി. ഭാഭയ്ക്ക് അതിന് സാക്ഷ്യം വഹിക്കാൻ കഴിഞ്ഞില്ലെങ്കിലും ആ മഹാപ്രതിഭയ്ക്ക് പിൻഗാമികൾ സമർപ്പിച്ച ആദരാഞ്ജലി കൂടിയായിരുന്നു ഈ പരീക്ഷണ വിജയം. ഡോ. ഭാഭയുടെ ഓർമ നിലനിർത്തിക്കൊണ്ട് ഇന്ന് നമ്മുടെ നാട്ടിൽ രണ്ടു വലിയ സ്ഥാപനങ്ങൾ നില നിൽക്കുന്നുണ്ട്. ഒന്ന് ട്രോംബെയിലെ ഭാഭാഅറ്റോമിക് റിസർച്ച് സെന്റർ. മറ്റൊന്ന് ഭാഭാ ഇൻസ്റ്റിറ്റ്യൂട്ട് ഓഫ് ഫണ്ടമെന്റൽ റിസർച്ച്. നേരത്തേ ഇത് ടാറ്റാ ഫണ്ടമെന്റൽ റിസർച്ച് ഇൻസ്റ്റിറ്റ്യൂട്ട് ആയിരുന്നു. വാസ്തവത്തിൽ അണുശക്തിരംഗത്ത് ഇന്ത്യ വയ്ക്കുന്ന ഓരോ ചുവടും ഈ മഹാശാസ്ത്രജ്ഞനുള്ള സ്മാരകമാണ്.

22

സുബ്രഹ്മണ്യം ചന്ദ്രശേഖർ (1910–1995)

സി വി രാമനുശേഷം ഇന്ത്യ, ലോകത്തിനു സംഭാവന ചെയ്ത മഹാനായ ഭൗതികശാസ്ത്രജ്ഞനാണ് അദ്ദേഹത്തിന്റെ തന്നെ അനന്തരവനായ സുബ്രഹ്മണ്യം ചന്ദ്രശേഖർ. നക്ഷത്രങ്ങളുടെ ഘടനയെക്കുറിച്ച് മൗലികമായ പഠനങ്ങൾ നടത്തിയ ഇദ്ദേഹം ഏറ്റവുമധികം കണ്ടെത്തലുകൾ നടത്തിയത് നക്ഷത്രങ്ങളുടെ പരിണാമത്തെക്കുറിച്ചാണ്.

1910 ഒക്ടോബർ 10–ാം തീയതി ഇന്നത്തെ പാകിസ്ഥാനിലെ ലാഹോറിലായിരുന്നു ചന്ദ്രശേഖറിന്റെ ജനനം. പിതാവ് സുബ്രഹ്മണ്യയ്യർ റെയിൽ

വെയിലെ ഉയർന്ന ഉദ്യോഗസ്ഥനായിരുന്നു. തഞ്ചാവൂരിനടുത്തുള്ള പെഗ ളത്തൂർ ഗ്രാമമായിരുന്നു ഈ കുടുംബത്തിന്റെ സ്വന്തം നാട്. ലാഹോ റിലെ സ്കൂൾ വിദ്യാഭ്യാസത്തിനുശേഷം മദ്രാസിലെ പ്രസിഡൻസി കോളേജിൽ ഉപരിപഠനത്തിനായി ചേർന്നു. കോളേജിന്റെ ചരിത്രത്തിലെ ഏറ്റവും ഉയർന്നമാർക്ക് വാങ്ങിയാണ് ഫിസിക്സ് ഓണേഴ്സ് ബിരുദ മെടുത്തത്. പ്രതിഭാശാലിയായ ഈ യുവാവ് അന്നേ കോളേജിൽ വളരെ പ്രസിദ്ധനായിരുന്നു.

ബിരുദവിദ്യാർഥിയായിരിക്കെ പ്രശസ്ത ഗണിത ശാസ്ത്രജ്ഞനായ ആർനോൾഡ് സോമർ ഫീൽഡിന്റെ *ആണവ ഘടനയും സ്പെക്ടറൽ രേഖകളും* എന്ന പുസ്തകം ചന്ദ്രശേഖറിന്റെ കയ്യിൽ കിട്ടി. ആ പുസ്തകം അദ്ദേഹത്തെ ഹഠാദാകർഷിച്ചു. തൊട്ടടുത്ത വർഷം പ്രസി ഡൻസി കോളേജിൽ ഒരു സന്ദർശനത്തിനെത്തിയ സോമർ ഫീൽഡിനെ നേരിട്ട് പരിചയപ്പെടാനും അദ്ദേഹത്തിനു സാധിച്ചു. സോമർ ഫീൽഡാണ് ചന്ദ്രശേഖറിനെ സ്റ്റാറ്റിസ്റ്റിക്സ് പഠിക്കാൻ ഉപദേശിച്ചത്. പ്രശസ്ത ഭൗതികശാസ്ത്രജ്ഞനായ ഹൈസൻബർഗും ഒരു പ്രസംഗപരമ്പര യ്ക്കായി പ്രസിഡൻസി കോളേജിൽ വരികയുണ്ടായി. അദ്ദേഹത്തെ മഹാ ബലിപുരം, കാഞ്ചീപുരം തുടങ്ങിയ സ്ഥലങ്ങളിലേക്ക് അനുയാത്ര ചെയ്യാനുള്ള അവസരം ചന്ദ്രശേഖറിന് ലഭിച്ചു. ഈ രണ്ടു ശാസ്ത്രജ്ഞ ന്മാരാണ്, സിവിൽ സർവീസ് സ്വപ്നങ്ങളുമായി ബിരുദപഠനത്തിനെ ത്തിയ ചന്ദ്രശേഖറിന്റെ വഴിതിരിച്ചുവിട്ടത്.

1929–ൽ ഇന്ത്യൻ സയൻസ് കോൺഗ്രസിന്റെ സമ്മേളനത്തിൽ *കോംപ്ടൺ പ്രകീർണനവും പുതിയ സാംഖികവും* എന്നൊരു പ്രബന്ധം അദ്ദേഹം അവതരിപ്പിച്ചു. ഈ പ്രബന്ധം പിന്നീട് റോയൽ സൊസൈറ്റി പ്രസിദ്ധീകരിച്ചു. ബിരുദപഠനം കഴിഞ്ഞയുടൻ ചന്ദ്രശേഖറിന് ഇംഗ്ലണ്ടിൽ പഠിക്കുവാനുള്ള സ്കോളർഷിപ്പു കിട്ടി.

1930–ൽ ബ്രിട്ടനിലെ കേംബ്രിഡ്ജ് യൂണിവേഴ്സിറ്റിയിൽ ചന്ദ്രശേ ഖർ ഒരു ഗവേഷണ വിദ്യാർഥിയായി ചേർന്നു. 1933–ൽ അവിടെ നിന്നും ഫിസിക്സിൽ പി എച്ച് ഡി ബിരുദം നേടി. അതേ വർഷം തന്നെ കേംബ്രി ഡ്ജിലെ ട്രിനിറ്റി കോളേജിൽ പോസ്റ്റ് ഡോക്ടറൽ ഗവേഷണത്തിനു ഫെലോഷിപ്പും നേടി.

അവിടെ വച്ചാണ് ചന്ദ്രശേഖർ വെള്ളക്കുള്ളന്മാ(White dwarf) രെക്കുറിച്ചുള്ള ഗവേഷണം തുടങ്ങിയത്. നക്ഷത്രങ്ങളുടെ പരിണാമ ത്തിന്റെ വിവിധ ഘട്ടങ്ങളിലൊന്നാണ് വെള്ളക്കുള്ളൻ. ഏതാണ്ട് അന്തി മഘട്ടമെന്ന് പറയാം. പത്തോ ഇരുപതോ ആയിരം കിലോമീറ്ററിലധികം വ്യാസമുണ്ടാവില്ല. പ്രകാശം തീരെ കുറവായിരിക്കും. സാന്ദ്രത വളരെ കൂടുതലും.

വെള്ളക്കുള്ളന്മാർ എങ്ങനെയുണ്ടാവുന്നു എന്നതിനെക്കുറിച്ചാണ് ചന്ദ്രശേഖറിന്റെ സിദ്ധാന്തം. പ്രപഞ്ചത്തിലെ അനന്തകോടി നക്ഷത്രങ്ങൾ സദാ കത്തിജ്വലിച്ചുകൊണ്ടിരിക്കുകയാണ്. അവയ്ക്ക് ജ്വലിക്കാൻ ഇന്ധനം അത്യാവശ്യമാണ്. ആ ഇന്ധനം ഇന്നല്ലെങ്കിൽ നാളെ തീർന്നു

പോവാൻ സാധ്യതയുണ്ടല്ലോ. ഇന്ധനം കുറയുമ്പോൾ അല്ലെങ്കിൽ തീരെ ഇല്ലാതാവുമ്പോൾ ആ നക്ഷത്രങ്ങൾക്ക് എന്ത് സംഭവിക്കും? ഈ സമസ്യക്ക് ഉത്തരം നൽകാൻ ആദ്യമായി മുന്നോട്ടു വന്ന ശാസ്ത്രജ്ഞരിൽ പ്രമുഖനാണ് സുബ്രഹ്മണ്യം ചന്ദ്രശേഖർ. അദ്ദേഹത്തിന്റെ നിഗമനം തികച്ചും ശാസ്ത്രീയവും മൗലികവുമായിരുന്നു. ഇന്ധന നഷ്ടമനുസരിച്ച് നക്ഷത്രങ്ങൾ തണുത്തുറഞ്ഞുകൊണ്ടിരിക്കും. ആ അവസ്ഥയിൽ ഗുരുത്വാകർഷണ ബലം വർധിക്കുന്നതിനനുസരിച്ച് നക്ഷത്രങ്ങൾ സ്വയം ചുരുങ്ങാൻ തുടങ്ങുന്നു. ഇങ്ങനെയാണ് വെള്ളക്കുള്ളന്മാർ രൂപം കൊള്ളുന്നത്. ഈ അവസ്ഥയിൽ സ്ഥിരമായി നിൽക്കുന്ന നക്ഷത്രങ്ങൾ ഒരു നിശ്ചിത പരിധിക്കു താഴെ ദ്രവ്യമാനമുള്ളവയായിരിക്കും എന്ന് ചന്ദ്രശേഖർ കണ്ടെത്തി. ഈ പരമാവധി ദ്രവ്യമാനം 'ചന്ദ്രശേഖർ ലിമിറ്റ്' എന്നാണറിയപ്പെടുന്നത്. ഇതിന്റെ ദ്രവ്യമാനം സൂര്യന്റെ ദ്രവ്യമാനത്തിന്റെ 1.4 ഇരട്ടിയാണ്. ഇതേവരെ കണ്ടെത്തിയിട്ടുള്ള എല്ലാ വെള്ളക്കുള്ളന്മാരും ഇതേപോലെ തന്നെയാണെന്ന് പിന്നീട് തെളിഞ്ഞു. പരിണാമത്തിന്റെ അവസാന ഘട്ടത്തിലെത്തുമ്പോൾ ഗുരുത്വാകർഷണം വർധിച്ച് നക്ഷത്രങ്ങളിൽ നിന്ന് പ്രകാശംപോലും പുറത്തേക്കു വരാത്ത അവസ്ഥയിലെത്തുന്നു. ഇതാണ് തമോഗർത്തം അഥവാ ബ്ലാക്ക് ഹോൾ.

നക്ഷത്രങ്ങളുടെ പരിണാമത്തെക്കുറിച്ച് അതുവരെ കണ്ടെത്തിയിട്ടില്ലാത്ത അറിവുകളാണ് ചന്ദ്രശേഖറിന്റെ ഗവേഷണത്തോടെ പുറത്തു വന്നത്. ആസ്ട്രോഫിസിക്സിൽ ഒരു പുതിയ അന്വേഷണ വീഥിയാണ് ചന്ദ്രശേഖർ തുറന്നത്.

നക്ഷത്രങ്ങളുടെ പരിണാമത്തെക്കുറിച്ചുള്ള ചന്ദ്രശേഖറിന്റെ സിദ്ധാന്തങ്ങൾ നക്ഷത്രങ്ങളുടെ ഘടന മനസിലാക്കാനും വളരെയധികം സഹായിച്ചു. സൂപ്പർനോവകളുടെ എണ്ണം വളരെ കുറയാനുള്ള കാരണവും ഈ സിദ്ധാന്തം വിശദീകരിക്കുന്നു. ആസ്ട്രോഫിസിക്സിൽ മൗലികമായ വേറെ പല സംഭാവനകളും ചന്ദ്രശേഖർ നൽകിയിട്ടുണ്ട്. നക്ഷത്രങ്ങളുടെ അന്തരീക്ഷത്തിൽ രശ്മികളായി കൈമാറ്റം ചെയ്യപ്പെടുന്ന ഊർജത്തെക്കുറിച്ചും സൂര്യന്റെ ഉപരിതലത്തിൽ നടക്കുന്ന സംവഹനത്തെക്കുറിച്ചും സുപ്രധാനമായ പഠനങ്ങൾ അദ്ദേഹം നടത്തിയിട്ടുണ്ട്.

ചില നക്ഷത്രങ്ങൾ നിശ്ചിത ഭാരത്തിലും വലുപ്പത്തിലും കൂടുതൽ വികാസം പ്രാപിക്കുകയില്ലെന്ന ചന്ദ്രശേഖറിന്റെ കണ്ടെത്തൽ ആസ്ട്രോഫിസിക്സിലെ പല പഴയ ധാരണകളേയും മാറ്റിമറിച്ചു. തമോഗർത്ത സിദ്ധാന്തവും ന്യൂട്രോൺ നക്ഷത്രങ്ങളുടെ നിലനിൽപ്പ് സംബന്ധിച്ച ഗവേഷണങ്ങളും 1983 ലെ ഫിസിക്സിനുള്ള നോബൽ സമ്മാനത്തിന് അദ്ദേഹത്തെ അർഹനാക്കി. അമേരിക്കൻ ഭൗതികശാസ്ത്രജ്ഞനായ ആൽഫ്രെഡ് ഫൗളറോടൊപ്പമാണ് അദ്ദേഹം ഈ മഹത്തായ പുരസ്കാരം വാങ്ങിയത്.

1944-ൽ കേംബ്രിഡ്ജിൽ നിന്നും ചന്ദ്രശേഖർ അമേരിക്കയിലെ ചിക്കാഗോ സർവകലാശാലയിലേക്ക് പോയി. അവിടെ ദീർഘകാലം

ഭൗതികശാസ്ത്ര വിഭാഗത്തിന്റെ മേധാവിയായി അദ്ദേഹം സേവനമനുഷ്ഠിച്ചു. ഏകദേശം അരനൂറ്റാണ്ടുകാലത്തോളം അമേരിക്കയിലെ ശാസ്ത്ര, വിദ്യാഭ്യാസ, സാംസ്കാരിക രംഗങ്ങളിൽ അദ്ദേഹം നിറഞ്ഞുനിന്നു. നോബൽ സമ്മാനത്തിനും മുൻപുതന്നെ പല ബഹുമതികളും പുരസ്കാരങ്ങളും അദ്ദേഹത്തെ തേടി വന്നിരുന്നു. 34-ാമത്തെ വയസിൽ ലണ്ടൻ റോയൽ സൊസൈറ്റിയുടെ ഫെലോ ആയി തെരഞ്ഞെടുക്കപ്പെടാൻ അദ്ദേഹത്തിന് ഭാഗ്യമുണ്ടായി. ശ്രീനിവാസ രാമാനുജൻ മാത്രമാണ് ഇതിലും ചെറിയ പ്രായത്തിൽ ഈ ബഹുമതി നേടിയ ഭാരതീയൻ. പസഫിക് അസ്ട്രോണമിക്കൽ സൊസൈറ്റിയുടെ സ്വർണമെഡൽ, റോയൽ സൊസൈറ്റിയുടെ റോയൽ മെഡൽ, റോയൽ അസ്ട്രോണമിക്കൽ സൊസൈറ്റിയുടെ സ്വർണമെഡൽ എന്നിവയും അദ്ദേഹത്തിന് ലഭിച്ചിട്ടണ്ട്. 1968 ൽ ഭാരത സർക്കാർ പത്മവിഭൂഷൻ നൽകി അദ്ദേഹത്തെ ആദരിച്ചു.

കേംബ്രിഡ്ജിൽ തന്റെ ജൂനിയർ ഗവേഷകയും ഇന്ത്യൻ വംശജയുമായ ലളിതയാണ് ചന്ദ്രശേഖറിന്റെ ഭാര്യ. ഈ ദമ്പതികൾക്കു കുട്ടികളില്ല. 1952-ൽ ഇരുവരും അമേരിക്കൻ പൗരത്വം സ്വീകരിക്കുകയും അവിടെ സ്ഥിരതാമസമാക്കുകയും ചെയ്തു. ഹൃദയംകൊണ്ട് നക്ഷത്രങ്ങൾക്കിടയിൽ ജീവിച്ച ആ മഹാപ്രതിഭ 1995 ആഗസ്റ്റ് 22 ന് ചിക്കാഗോയിൽ വച്ച് നിര്യാതനായി.

ചന്ദ്രശേഖറിനെപ്പോലുള്ള ശാസ്ത്രജ്ഞർക്ക് ഇന്ത്യ വിട്ട് പോവേണ്ടി വരുന്നത് വലിയൊരു നഷ്ടവും പരാജയവുമാണെന്ന് മുൻ പ്രധാനമന്ത്രി ഇന്ദിരാഗാന്ധി ഒരിക്കൽ പറയുകയുണ്ടായി. ഇന്ന് നമ്മുടെ ശാസ്ത്ര സാങ്കേതികരംഗം വളരെയധികം വളർന്നു കഴിഞ്ഞു. ഇന്നത്തെ യുവ ശാസ്ത്രജ്ഞർക്ക് ഗവേഷണ സൗകര്യങ്ങൾ തേടി വിദേശ രാജ്യങ്ങളിൽ അലയേണ്ട അവസ്ഥയുണ്ടാവുന്നില്ല.

23

ഫ്രാൻസിസ് ക്രിക്ക് (1916–2004)

ജനിതകശാസ്ത്രത്തിന്റെ ഒരുസുപ്രധാന ഉപവിഭാഗമായ തന്മാത്രാ ജീവശാസ്ത്രം അഥവാ മോളിക്യുലാർ ബയോളജിക്ക് അസ്ഥിവാരമിട്ട ശാസ്ത്രജ്ഞരിൽ പ്രമുഖനാണ് ഫ്രാൻസിസ് ക്രിക്ക്. പാരമ്പര്യസ്വഭാവ ഘടകങ്ങളായ ജീനുകളുടെ പ്രധാനഭാഗമായ ഡി എൻ എ യുടെ തന്മാത്രാ ഘടനയുടെ കണ്ടുപിടിത്തമാണ് അദ്ദേഹത്തെ ലോകപ്രശസ്തനാക്കിയത്. അതേസമയം പ്രോട്ടീൻ സംശ്ലേഷണം, ജനിതക കോഡ്

എന്നിവയിലും അവഗണിക്കാനാവാത്ത സംഭാവനകൾ അദ്ദേഹം നൽകിയിട്ടുണ്ട്.

1916 ജൂൺ എട്ടാം തീയതിയാണ് ഇംഗ്ലണ്ടിലെ നോർത്താംപ്ടണിൽ ഫ്രാൻസിസ് ഹാരി കോംപ്ടൻ ക്രിക്ക് ഭൂജാതനായത്. അച്ഛൻ ഹാരി ക്രിക്ക് ചെരിപ്പ് നിർമാതാവായിരുന്നു. അമ്മ ആനിയാവട്ടെ ഒരു സാധാരണ കുടുംബിനിയും. രണ്ടുപേർക്കും വലിയ വിദ്യാഭ്യാസമോ ശാസ്ത്ര വിഷയങ്ങളിൽ ആഭിമുഖ്യമോ ഉണ്ടായിരുന്നില്ല. പഠിക്കാൻ മിടുക്കനായിരുന്ന കൊച്ചു ക്രിക്ക് കുട്ടിക്കാലം മുതൽ ശാസ്ത്രവിഷയങ്ങളിൽ വലിയ താൽപ്പര്യം കാണിച്ചു. എപ്പോഴും സംശയങ്ങൾ ചോദിക്കുന്ന മകന്റെ ശല്യം ഒഴിവാക്കാൻ അച്ഛൻ അവന് *കുട്ടികളുടെ വിജ്ഞാനകോശം* സമ്മാനിച്ചു. ആ ഗ്രന്ഥത്തിലെ ശാസ്ത്രവിഷയ സംബന്ധിയായ ലേഖനങ്ങളാണ് ആ ബാലനെ കൂടുതൽ ആകർഷിച്ചത്.

നോർത്താംപ്ടൺഷെയറിലെ ഗ്രാമർ സ്കൂളിലാണ് ക്രിക്ക് തന്റെ വിദ്യാഭ്യാസം ആരംഭിച്ചത്. നോർത്ത് ലണ്ടനിലെ മിൽഹിൽ പബ്ലിക് സ്കൂളിൽ പഠനം പൂർത്തിയാക്കിയശേഷം ക്രിക്ക് ലണ്ടൻ യൂണിവേഴ്സിറ്റിയിൽ ചേർന്നു. പിൽക്കാലത്ത് പ്രശസ്ത ജീവശാസ്ത്രജ്ഞനായി അറിയപ്പെട്ട ക്രിക്ക് ബിരുദം നേടിയത് ഫിസിക്സിലാണ്. ബിരുദം നേടിയ ശേഷം അദ്ദേഹം ഗവേഷണമാരംഭിച്ചു.

ലണ്ടനിലെ യൂണിവേഴ്സിറ്റി കോളേജിൽ നെവിൽ ആൻഡ്രേഡ്സിന്റെ കീഴിലായിരുന്നു ഗവേഷണം. ജലതന്മാത്രകളുടെ ഒട്ടിച്ചേരൽബലം കൃത്യമായി നിർണയിക്കാനുള്ള ഒരു ഉപകരണം നിർമിക്കാനാണ് ഗൈഡ് അദ്ദേഹത്തോട് ആവശ്യപ്പെട്ടത്. ക്രിക്കിന് പണി പരമബോറായിട്ടാണ് തോന്നിയത്. എങ്കിലും മറ്റൊന്നും ചെയ്യാനില്ലാത്തതിനാൽ ഉപകരണങ്ങളുടെ നിർമാണത്തിൽ അദ്ദേഹം മുഴുകി. 1914-ൽ ആരംഭിച്ച ഒന്നാം ലോകമഹായുദ്ധം ക്രിക്കിന്റെ ഗവേഷണം തടസപ്പെടുത്തി.

യുദ്ധകാലത്ത് ക്രിക്ക് നാവികസേനയിൽ ചേർന്നു. മൈനുകളുടെ നിർമാണമായിരുന്നു ജോലി. ബ്രിട്ടീഷ് നാവികസേനയ്ക്കു വേണ്ടി വിവിധതരം മൈനുകൾ അദ്ദേഹം ഡിസൈൻ ചെയ്തു. യുദ്ധം കഴിഞ്ഞപ്പോൾ ക്രിക്കിന് തന്റെ വിരസമായ ഗവേഷണത്തിലേക്ക് തിരിച്ചുപോകേണ്ടി വന്നില്ല. കാരണം ബോംബാക്രമണത്തിൽ യൂണിവേഴ്സിറ്റി കോളേജിലെ പരീക്ഷണശാല തകർന്നു തരിപ്പണമായിരുന്നു. അതിനാൽ രണ്ടു വർഷം കൂടി നാവികസേനയിലെ ജോലി തുടർന്നു. അതിനുശേഷം വീണ്ടും പഠനം തുടർന്നു.

ഫിസിക്സ് പഠിച്ചയാൾ ഇടവേളയ്ക്കു ശേഷം ജീവശാസ്ത്രമാണ് തെരഞ്ഞെടുത്തത്. 1947-ൽ കേംബ്രിഡ്ജ് സർവകലാശാലയിൽ കോശദ്രവ്യത്തിന്റെ ഭൗതിക ഗുണങ്ങളെക്കുറിച്ച് പഠനം തുടങ്ങി. രണ്ടു വർഷത്തിനുശേഷം കേംബ്രിഡ്ജിൽ പുതിയതായി തുടങ്ങിയ കാവൻഡിഷ് ലാബോറട്ടറിയിലേക്കു മാറി. ക്രിസ്റ്റലോഗ്രാഫി വിദഗ്ധനായ ലോറൻസ് ബ്രാഗായിരുന്നു അന്ന് കാവൻഡിഷ് ഗവേഷണകേന്ദ്രത്തിന്റെ തലവൻ.

അവിടെ മാക്സ് പെരുടസിന്റെ കീഴിലായിരുന്നു ഗവേഷണം. എക്സ്-റേ ക്രിസ്റ്റലോഗ്രാഫി ഉപയോഗിച്ച് ഹീമോഗ്ലോബിന്റെ തന്മാത്രാ

ഘടന കണ്ടെത്തിയ ശാസ്ത്രജ്ഞനാണ് അദ്ദേഹം. ക്രിക്ക് പ്രോട്ടീനുകളുടെ ഘടന നിർണയിക്കുന്നതിനെ സംബന്ധിച്ച് ഗവേഷണം തുടങ്ങി. അമേരിക്കയിൽ ലിനസ് പോളിങ്ങും ലണ്ടനിലെ കിങ്സ് കോളേജിൽ മോറീസ് വിൽക്കിൻസും അന്ന് ഇതേ വിഷയത്തെക്കുറിച്ച് ഗവേഷണം നടത്തുന്നുണ്ടായിരുന്നു.

ജനിതക രഹസ്യങ്ങൾ എങ്ങനെ ഒരു തലമുറയിൽനിന്ന് മറ്റൊരു തലമുറയിലേക്ക് കൈമാറുന്നു? അന്നത്തെ ഒരു വലിയ സമസ്യയായിരുന്നു ഇത്. ജീനുകളിലെ ഡി എൻ എ തന്മാത്രകളാണ് ഈ കൈമാറ്റം നിർവഹിക്കുന്നതെന്ന് 1944-ൽ അമേരിക്കയിലെ ചില ശാസ്ത്രജ്ഞർ കണ്ടെത്തിയിരുന്നു. എന്നാൽ ജനിതകവിവരങ്ങൾ കൈമാറാൻ സഹായിക്കുന്ന ഡി എൻ എ യുടെ സവിശേഷഘടന പിന്നെയും ഒരു രഹസ്യമായിത്തുടർന്നു. മാംസ്യ തന്മാത്രകളെക്കുറിച്ച് പഠിക്കുന്ന ക്രിക്കിന്റെ ശ്രദ്ധ ഈ പ്രശ്നത്തിലേക്ക് തിരിഞ്ഞു. ഈ സന്ദർഭത്തിലാണ് ക്രിക്കിനേക്കാൾ പത്തുവയസ്സ് ഇളയ ജെയിംസ് വാട്സൻ എന്ന അമേരിക്കൻ ജീവശാസ്ത്രജ്ഞൻ കേംബ്രിഡ്ജിലെത്തുന്നത്. ഇരുവരും ഒരുമിച്ച് ഡി എൻ എ യുടെ ഘടനയെക്കുറിച്ച് പഠിക്കാൻ തീരുമാനിച്ചു. ഡി എൻ എ യുടെ ഘടന കണ്ടുപിടിച്ചാൽ വംശപാരമ്പര്യം എന്ന രഹസ്യത്തിന്റെ ചുരുളഴിക്കാമെന്ന് ഇരുവരും ഉറച്ചു വിശ്വസിച്ചു. രണ്ടുപേരുടെയും ഗവേഷണ വിഷയം ഇതല്ലായിരുന്നെങ്കിലും, ഈ പഠനം തുടരാൻ ലബോറട്ടറി അധികൃതർ അവർക്ക് മൗനാനുവാദം നൽകി.

വളരെ ഗാഢമായ ആത്മബന്ധമാണ് വാട്സനും ക്രിക്കിനുമിടയിൽ വളർന്നു വന്നത്. ക്രിക്കിന്റെ പരിചയസമ്പന്നതയും വാട്സന്റെ ചുറുചുറുക്കും ഒത്തുചേർന്നപ്പോൾ അത് ജീവശാസ്ത്രത്തിലെ ഒരു മഹാസംഭവമായി മാറി. പിന്നീടൊരിക്കൽ വാട്സൻ തന്നെ പറഞ്ഞിട്ടുണ്ട്: "ക്രിക്ക് എന്നെ ഫിസിക്സ് പഠിപ്പിച്ചു. ഞാൻ അദ്ദേഹത്തെ ജീവശാസ്ത്രവും."

ഫ്രാൻസിസ് ക്രിക്കുമായുള്ള സൗഹൃദം വഴി എക്സ്-റേ ക്രിസ്റ്റലോഗ്രാഫിയെക്കുറിച്ച് സാമാന്യം നല്ല അറിവ് നേടുവാൻ വാട്സനു കഴിഞ്ഞു. ഡി എൻ എ യുടെ രസതന്ത്രത്തെക്കുറിച്ച് അന്നുവരെ ലഭിച്ചിരുന്ന എല്ലാ കാര്യങ്ങളും അവർ വിശദമായി പഠിച്ചു. വാസ്തവത്തിൽ ഡി എൻ എ യുടെ ഘടനയെക്കുറിച്ചുള്ള പഠനം കിങ്സ് കോളേജിലെ വിൽക്കിൻസിന്റെയും സംഘത്തിന്റെയും വിഷയമായിട്ടാണ് കാവൻഡിഷ് ലാബോറട്ടറി അധികൃതർ കണക്കാക്കിയിരുന്നത്. പക്ഷേ, മോറിസ് വിൽക്കിൻസും റോസലിൻഡ് ഫ്രാങ്ക്ളിനും ചേർന്നെടുത്ത ഡി എൻ എ യുടെ എക്സ്-റേ ചിത്രങ്ങൾ പരിശോധിച്ച വാട്സനേയും ക്രിക്കിനേയും അവരുടെ തുടർപഠനങ്ങളിൽ നിന്നും തടയാൻ അധികൃതർക്ക് കഴിഞ്ഞില്ല. ഫ്രാങ്ക്ളിന് ലഭിച്ച എക്സ്-റേ ചിത്രങ്ങളിൽ കണ്ട ഡി എൻ എ യുടെ ചുറ്റുഗോവണിയുടെ ആകൃതി അവരെ ഹഠാദാകർഷിച്ചു. തന്മാത്രയുടെ മാതൃക നിർമിക്കാനുള്ള ശ്രമമാണ് പിന്നീട് നടന്നത്. ഈ ശ്രമം പലതവണ പരാജയപ്പെട്ടപ്പോൾ ഗവേഷണം അവസാനിപ്പിക്കാൻ ലബോറട്ടറി തലവനായ ബ്രാഗ് അന്ത്യശാസനം നൽകുകപോലുമുണ്ടായി. ക്രിക്കും വാട്സനും പിൻമാറിയില്ല. ക്രിക്കിന്റെ അടുത്ത സുഹൃത്തായ

വിൽക്കിൻസ് അവരെ അകമഴിഞ്ഞ് സഹായിക്കുകയും ചെയ്തു. ഒടുവിൽ 1953–ൽ അവരുടെ ശ്രമങ്ങൾ പൂവണിഞ്ഞു. ഡി എൻ എ തന്മാത്രയുടെ കൃത്യമായ മാതൃക അവർ നിർമിച്ചു.

വിചിത്രമായ ഒരു ചുറ്റുഗോവണിയായിരുന്നു അത്. 'ഡബ്ൾ ഹെലിക്സ്' എന്നാണ് അവരതിന് പേരിട്ടത്. ചുറ്റുഗോവണിയുടെ കൈവരികൾ പഞ്ചസാര, ഫോസ്ഫേറ്റ് തന്മാത്രകളാൽ നിർമിതമാണ്. ചവിട്ടുപടികൾ നാല് തരം നൈട്രജൻ ബേസുകളാണ്. അഡിനിൻ, തൈമിൻ, ഗ്വാനിൻ, സൈറ്റോസിൻ എന്നീ ബേസുകളെയും അവയുടെ ഘടനയും നേരത്തേ ചിലർ കണ്ടെത്തിയിരുന്നു. എന്നാൽ അഡിനിൻ തൈമിനോടും, ഗ്വാനിൻ സൈറ്റോസിനോടും മാത്രമേ ജോഡി ചേരുകയുള്ളൂ എന്നതായിരുന്നു വാട്സന്റെയും ക്രിക്കിന്റെയും പ്രധാന കണ്ടുപിടിത്തം. ഇതോടെ ബീജകോശങ്ങൾ ഉണ്ടാവുമ്പോൾ ജനിതക പദാർഥങ്ങൾ വേർപിരിയുന്നതിന്റെയും സിക്താണ്ഡത്തിൽ അവ വീണ്ടും കൂടിച്ചേരുന്നതിന്റെയും 'സൂത്രം' പകൽപോലെ വ്യക്തമായി. ഒരർഥത്തിൽ മെൻഡലിന്റെ കണ്ടുപിടുത്തത്തിന്റെ തുടർച്ച തന്നെയാണ് ഇതും. 1953 ഏപ്രിൽ 25 ന് ഇറങ്ങിയ *നേച്ചർ* ഇരട്ട ഹെലിക്സിനെക്കുറിച്ചുള്ള പ്രബന്ധം പ്രസിദ്ധീകരിച്ചു. 1962–ൽ ക്രിക്ക്, വാട്സൻ, വിൽക്കിൻസ് എന്നിവർക്ക് നോബൽ സമ്മാനം നൽകപ്പെട്ടു.

കോശങ്ങൾക്കുള്ളിലെ പ്രോട്ടീൻ (മാംസ്യം) സംശ്ലേഷണത്തെക്കുറിച്ചാണ് ക്രിക്ക് പിന്നീട് പഠിക്കാൻ തുടങ്ങിയത്. കോശമർമത്തിലെ റൈബോസോമുകളാണ് മാംസ്യസംശ്ലേഷണത്തിന്റെ സ്ഥാനമെന്ന് നേരത്തേ കണ്ടെത്തിയിരുന്നു. മാംസ്യത്തിന്റെ ലഘു ഘടകങ്ങളായ അമിനോആസിഡുകളെ റൈബോസോമുകളിലെത്തിക്കാൻ പ്രത്യേക തരം ട്രാൻസ്ഫർ ആർ എൻ എ തന്മാത്രകളുണ്ടെന്ന് അദ്ദേഹം കണ്ടെത്തി. (ഡി എൻ എ, ആർ എൻ എ എന്നിവ ന്യൂക്ലിക് ആസിഡുകളാണ്. ആർ എൻ എ എന്നാൽ റൈബോ ന്യൂക്ലിക് ആസിഡ്. ഡി എൻ എ എന്നാൽ ഡിഓക്സി റൈബോ ന്യൂക്ലിക് ആസിഡ്. ചിലതരം വൈറസുകളിലല്ലാതെ മറ്റൊരു ജീവിയിലും പാരമ്പര്യ സ്വഭാവനിർണയത്തിൽ ആർ എൻ എ ക്ക് പങ്കില്ല.) പ്രോട്ടീൻ നിർമാണത്തിന് അമിനോ ആസിഡുകൾ എത്തിക്കുന്ന ജോലി മാത്രമേ ആർ എൻ എ യുടേതായിട്ടുള്ളൂ. ഏത് അമിനോ ആസിഡ് ഏതിനോടു ചേരണമെന്നും ഏത് മാംസ്യം നിർമിക്കപ്പെടണമെന്നും നിർദേശിക്കുന്നത് ഡി എൻ എ യുടെ ജോലിയാണ്. ശരിയായ സംവിധായകൻ തന്നെ. ഈ നിർദേശങ്ങൾ നൽകുന്നത് ജനിതക കോഡുകൾ വഴിയാണ്. ഈ രംഗത്തും ഫ്രാൻസിസ് ക്രിക്ക് മൗലികമായ സംഭാവനകൾ നൽകിയിട്ടുണ്ട്.

കാലിഫോർണിയയിലെ സാക്സ് ഇൻസ്റ്റിറ്റ്യൂട്ടിൽ പ്രൊഫസറായി ചേർന്ന ക്രിക്ക് തന്റെ അവസാന കാലത്ത് ന്യൂറോബയോളജിയിലാണ് ശ്രദ്ധ കേന്ദ്രീകരിച്ചത്. 2004 ജൂലൈ എട്ടാം തീയതി ദീർഘകാലമായി തന്നെ പിന്തുടർന്നിരുന്ന അർബുദരോഗത്തിന് അദ്ദേഹം കീഴടങ്ങി. 2003–ൽ ലോകമെങ്ങും 'ഡബ്ൾ ഹെലിക്സി'ന്റെ സുവർണ ജൂബിലി ആഘോഷിക്കുന്നതു കാണാനുള്ള ഭാഗ്യം അദ്ദേഹത്തിനുണ്ടായി.

24

വിക്രം സാരാഭായി (1919–1971)

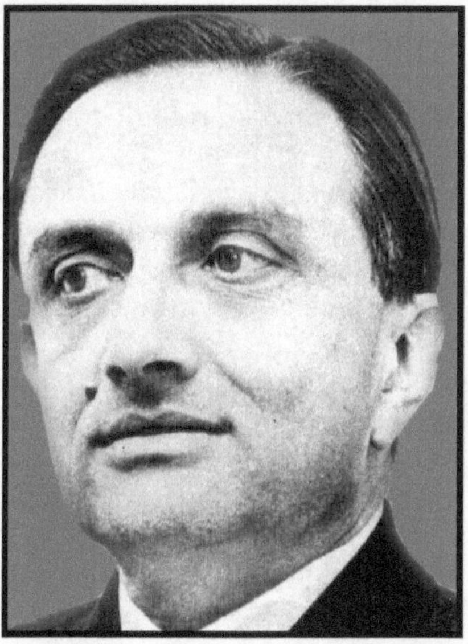

ഇന്ത്യൻ ബഹിരാകാശ ഗവേഷണത്തിന്റെ പിതാവ് എന്ന് ആരെയെങ്കിലും വിളിക്കണമെങ്കിൽ അതിനർഹതയുള്ള ഒരാൾ മാത്രമേയുള്ളു. ഡോ. വിക്രം അംബാലാൽ സാരാഭായി. അസാധാരണമായ ബുദ്ധിശക്തി, ദീർഘവീക്ഷണം, അനിതരസാധാരണമായ ഭാവന, ഏറ്റെടുത്ത കാര്യങ്ങൾ വിജയത്തിലെത്തിക്കാനുള്ള അനന്യമായ മാനേജ്മെന്റ്

വൈഭവം. ഇതെല്ലാം ഒത്തിണങ്ങിയ ഒരസാധാരണ വ്യക്തിത്വമായിരുന്നു വിക്രം സാരാഭായിയുടേത്.

അഹമ്മദാബാദിലെ വ്യവസായ പ്രമുഖനായ അംബാലാൽ സാരാഭായിയുടേയും സരളാഭായി സാരാഭായിയുടേയും പുത്രനായി 1919 ആഗസ്റ്റ് 12-ാംതീയതിയാണ് വിക്രം സാരാഭായി ജനിച്ചത്. പ്രാഥമിക വിദ്യാഭ്യാസം അമ്മയുടെ ശിക്ഷണത്തിലായിരുന്നു. വിദ്യാഭ്യാസത്തെക്കുറിച്ച് സ്വന്തമായ ഒരു കാഴ്ചപ്പാടുണ്ടായിരുന്ന ആ മഹതി ഉന്നതമായ മാനുഷിക മൂല്യങ്ങൾ മകനിൽ വളർത്തിയെടുത്തു. 1939-ൽ ഉന്നതപഠനത്തിനായി കേംബ്രിഡ്ജിലേക്ക് പോയെങ്കിലും ലോകമഹായുദ്ധം കാരണം ഗവേഷണം പൂർത്തിയാക്കാതെ തിരിച്ചു പോവേണ്ടി വന്നു. ഇന്ത്യയിൽ തിരിച്ചെത്തിയശേഷം ബാംഗ്ലൂരിൽ സി വി രാമന്റെ കീഴിൽ കോസ്മിക് രശ്മികളെക്കുറിച്ചു ഗവേഷണം നടത്തി.

കോസ്മിക് കിരണങ്ങൾ ഊർജകണികകളുടെ പ്രവാഹമാണ്. അവ ബഹിരാകാശത്ത് നിന്നാണ് ഭൂമിയിലേക്ക് എത്തിക്കൊണ്ടിരിക്കുന്നത്. ഭൂമിയിലേക്ക് വരുന്ന വഴിയിൽ അവ സൂര്യൻ, അന്തരീക്ഷം, കാന്തികത എന്നിവയാൽ സ്വാധീനിക്കപ്പെടുന്നുണ്ട്. ബഹിരാകാശത്ത് ഗ്രഹങ്ങൾക്കിടയിൽ നടക്കുന്ന സംഭവങ്ങളും അവയെ സ്വാധീനിക്കുന്നു. ഭൂകാന്തികത, അന്തരീക്ഷം, സൂര്യന്റെ ഘടന, ബഹിരാകാശം എന്നിവയെക്കുറിച്ച് മനസിലാക്കാൻ കോസ്മിക് രശ്മികളെക്കുറിച്ചുള്ള പഠനം സഹായിക്കുമെന്ന് വിക്രംസാരാഭായി മനസിലാക്കി.

യുദ്ധത്തിനുശേഷം അദ്ദേഹം കേംബ്രിഡ്ജിലേക്ക് തിരിച്ചുപോയി ഗവേഷണം തുടർന്നു. 1947-ൽ കോസ്മിക് കിരണങ്ങളെക്കുറിച്ചുള്ള പഠനത്തിൽ പി എച്ച് ഡി നേടി. 1947-ൽ ഇന്ത്യയിൽ തിരിച്ചെത്തിയശേഷം വിവിധ വ്യവസായ സംരംഭങ്ങൾക്കും ഗവേഷണ പ്രവർത്തനങ്ങൾക്കും അദ്ദേഹം നേതൃത്വം വഹിച്ചു.

ഇന്ത്യയിൽ തിരിച്ചെത്തിയ വിക്രം സാരാഭായി സ്വന്തം നാടായ അഹമ്മദാബാദിൽ ഫിസിക്കൽ റിസർച്ച് ലബോറട്ടറി എന്നൊരു സ്ഥാപനം തുടങ്ങി. ഈ സ്ഥാപനത്തിന്റെ തറക്കല്ലിട്ടത് സി വി രാമനും ഉൽഘാടനം ചെയ്തത് ജവഹർലാൽ നെഹ്റുവുമായിരുന്നു. കോസ്മിക് രശ്മികളെക്കുറിച്ചും ബഹിരാകാശത്തെക്കുറിച്ചുമുള്ള പഠനത്തിനാണ് ഈ സ്ഥാപനം പ്രാധാന്യം കൊടുത്തത്.

ഇന്ത്യയുടെ മുന്നോട്ടുള്ള വളർച്ചയിൽ സ്പേസിന് വലിയ പങ്കു വഹിക്കാനാവുമെന്ന് വിക്രം സാരാഭായി ഉറച്ചു വിശ്വസിച്ചു. ഏതു ഗവേഷണത്തെയും നാടിന്റെ വികസന സ്വപ്നങ്ങളുമായി ബന്ധപ്പെടുത്തി മാത്രമേ അദ്ദേഹത്തിന് ചിന്തിക്കുവാൻ സാധിക്കുമായിരുന്നുള്ളൂ. പ്രൊഫഷണൽ മാനേജ്മെന്റിന്റെ പ്രാധാന്യം മനസിലാക്കിയ അദ്ദേഹമാണ് അഹമ്മദാബാദിലെ ഇൻന്ത്യൻ ഇൻസ്റ്റിറ്റ്യൂട്ട് ഓഫ് മാനേജ്മെന്റ് സ്ഥാപിച്ചതും. 1965 വരെ വിക്രം സാരാഭായി ഈ സ്ഥാപനത്തിന്റെ ഓണററി ഡയറക്ടർ ആയിരുന്നു.

1962–ൽ ബഹിരാകാശ ഗവേഷണത്തിനായുള്ള ദേശീയ സമിതിയുടെ ചെയർമാനായി വിക്രം സാരാഭായി നിയമിക്കപ്പെട്ടു. ഇതോടെയാണ് ഇന്ത്യൻ ബഹിരാകാശ സ്വപ്നങ്ങളുടെ ചിറകുകൾ വിടർന്നത്. ഭൂമിയുടെ കാന്തിക മധ്യരേഖ ദക്ഷിണേന്ത്യയിലൂടെ കടന്നുപോവുന്നതിനാൽ ഇതിന്റെ സ്വാധീനപരിധിയിൽ വരുന്നിടത്ത് ഒരു റോക്കറ്റ് വിക്ഷേപണ കേന്ദ്രം സ്ഥാപിക്കണം. കാലാവസ്ഥാ പഠനമായിരുന്നു പ്രധാന ലക്ഷ്യം. അനുയോജ്യമായ സ്ഥലം തേടിയുള്ള സാരാഭായിയുടെ അന്വേഷണം അദ്ദേഹത്തെ എത്തിച്ചത് തിരുവനന്തപുരത്തിനടുത്തുള്ള തുമ്പ എന്ന ചെറിയ മത്സ്യബന്ധന ഗ്രാമത്തിലാണ്. ഇന്ന് ലോകമെങ്ങും അറിയപ്പെടുന്ന വിക്രംസാരാഭായി സ്പേസ്സെന്റർ തുമ്പയിൽ തലയുയർത്തി നിൽക്കുന്നു. വളരെ എളിയ നിലയിലായിരുന്നു ഈ സ്ഥാപനത്തിന്റെ തുടക്കം. ആദ്യമായി ഒരു ഫ്രഞ്ച് നിർമിത റോക്കറ്റ് തുമ്പയിൽ നിന്ന് കുതിച്ചുയരുന്നത് സാരാഭായിയും സഹപ്രവർത്തകരും രോമാഞ്ചത്തോടെയാണ് വീക്ഷിച്ചത്. ഇന്ത്യൻ ബഹിരാകാശ ഗവേഷണത്തിന്റെ മുൻനിരയിലുണ്ടായിരുന്ന ഡോ. കസ്തൂരിരംഗൻ, യു ആർ റാവു, എ പി ജെ അബ്ദുൾകലാം എന്നിവരെല്ലാം അന്ന് വിക്രം സാരാഭായിയുടെ സഹപ്രവർത്തകരായിരുന്നു. ഇന്ത്യൻ നിർമിത റോക്കറ്റുകളായ രോഹിണി മേനക എന്നിവയുടെ പിന്നിൽ പ്രവർത്തിച്ചതും സാരാഭായിയുടെ കരങ്ങളാണ്. റോക്കറ്റുകൾ വിക്ഷേപിക്കുന്ന നേരത്ത് വിക്രംസാരാഭായി കണ്ട സ്വപ്നങ്ങൾ ഇന്ത്യൻ നിർമിത ഉപഗ്രഹങ്ങളായിരുന്നു!

1966–ൽ ഡോ. ഹോമി ഭാഭയുടെ അപകടമരണത്തെത്തുടർന്ന് ഇന്ത്യൻ അണുശക്തി കമീഷന്റെ ചെയർമാൻസ്ഥാനം വിക്രം സാരാഭായിക്ക് ഏറ്റെടുക്കേണ്ടി വന്നു. ഇലക്ട്രോണിക് കമ്മീഷന്റെ ചെയർമാൻ സ്ഥാനമടക്കം മറ്റനേകം ഔദ്യോഗിക പദവികളും അദ്ദേഹം വഹിച്ചിട്ടുണ്ട്. 1962 ൽ ശാന്തിസ്വരൂപ് ഭട്നാഗർ അവാർഡും 1966–ൽ പത്മഭൂഷണും നൽകി രാഷ്ട്രം അദ്ദേഹത്തെ ആദരിച്ചു. നിരവധി അന്താരാഷ്ട്ര ഗവേഷണ സമിതികളിലും അദ്ദേഹം അംഗമായിരുന്നിട്ടുണ്ട്.

കലാ സാംസ്കാരികരംഗത്ത് അതീവ താൽപ്പര്യമുള്ള വ്യക്തിത്വമായിരുന്നു വിക്രം സാരാഭായിയുടേത്. സംഗീതം, നൃത്തം, ചിത്രകല, ഫോട്ടോഗ്രഫി, പുരാവസ്തു ഗവേഷണം തുടങ്ങി വിവിധ വിഷയങ്ങളിൽ അദ്ദേഹത്തിന് താൽപ്പര്യമുണ്ടായിരുന്നു. മലയാളിയും ലോകപ്രശസ്ത നർത്തകിയുമായ മൃണാളിനി സാരാഭായിയാണ് അദ്ദേഹത്തിന്റെ സഹധർമിണി. മകൾ മല്ലികാ സാരാഭായി അറിയപ്പെടുന്ന നർത്തകിയും പൊതുപ്രവർത്തകയുമാണ്.

വിക്രം സാരാഭായി കേരളത്തെ വളരെയധികം സ്നേഹിച്ചിരുന്നു. തുമ്പയിൽ ഔദ്യോഗിക സന്ദർശനത്തിനെത്തുമ്പോഴെല്ലാം കേരളത്തിന്റെ പ്രകൃതിസൗന്ദര്യം ആസ്വദിക്കുവാൻ അദ്ദേഹം സമയം കണ്ടെത്തിയിരുന്നു. അത്തരമൊരു യാത്രയിൽ കോവളത്ത് വച്ച് ഹൃദയസ്തംഭനത്തെ

തുടർന്ന് അദ്ദേഹം അന്തരിച്ചു. 1971 ഡിസംബർ 30 നായിരുന്നു ഭാരതത്തിന്റെ മഹാനായ പുത്രൻ അന്ത്യശ്വാസം വലിച്ചത്.

ബഹിരാകാശ ഗവേഷണത്തെക്കുറിച്ച് വളരെയധികം പ്രതീക്ഷകൾ അദ്ദേഹം വച്ചുപുലർത്തിയിരുന്നു. ഒരിക്കലും സ്വന്തം കൗതുകം ശമിപ്പിക്കാൻ ഗവേഷണം നടത്തുന്ന ദന്തഗോപുരവാസിയായ ഒരു ശാസ്ത്രജ്ഞനായിരുന്നില്ല അദ്ദേഹം. ശാസ്ത്രജ്ഞർക്ക് സമൂഹത്തോടുള്ള ബാധ്യതയെക്കുറിച്ച് അദ്ദേഹം എന്നും ബോധവാനായിരുന്നു. വിദ്യാഭ്യാസം വാർത്താവിനിമയം, കാർഷിക ഗവേഷണം, ടെലിവിഷൻ സംപ്രേക്ഷണം തുടങ്ങി വൈവിധ്യമേറിയ മേഖലകളിൽ ഇന്ത്യൻ ഉപഗ്രഹങ്ങൾ പ്രയോജനപ്പെടണമെന്ന് അദ്ദേഹം ആഗ്രഹിച്ചു. 1975–ൽ 'ആര്യഭട്ട' യുടെ വിക്ഷേപണത്തോടെ, അദ്ദേഹമേൽപ്പിച്ച ദൗത്യം നിറവേറ്റാൻ പിൻഗാമികൾ പൂർണമായും സജ്ജരായി.

വിക്രം സാരാഭായി ഓർമയായിട്ട് നാല് പതിറ്റാണ്ടാവാൻ പോകുന്നു. അദ്ദേഹത്തിന്റെ ആഗ്രഹങ്ങൾക്കപ്പുറത്തേക്ക് ഇന്ത്യയുടെ ബഹിരാകാശ ഗവേഷണം വളർന്നു കഴിഞ്ഞിരിക്കുന്നു. വാർത്താവിനിമയ രംഗത്തും ദൃശ്യമാധ്യമ രംഗത്തും ഇന്ത്യ നേടിയ പുരോഗതി ഏത് കുട്ടിക്കും അറിയാം. സ്വന്തമായി ഉപഗ്രഹങ്ങൾ വിക്ഷേപിക്കുക മാത്രമല്ല, മറ്റു രാജ്യങ്ങളുടെ ഉപഗ്രഹങ്ങൾ നമ്മുടെ റോക്കറ്റുകൾ ഉപയോഗിച്ചു വിക്ഷേപിച്ച് കൊടുക്കാനും നമുക്കിന്ന് കഴിയുന്നു. ഇൻസാറ്റ് മുതൽ റിസാറ്റ് വരെയുള്ള ഉപഗ്രഹപരമ്പര വിക്രം സാരാഭായിയുടെ സ്വപ്നങ്ങളുടെ മൂർത്ത രൂപങ്ങളാണ്. അത് മാത്രമല്ല കാശ്മീർമുതൽ തിരുവനന്തപുരം വരെ വ്യാപിച്ചു കിടക്കുന്ന ബഹിരാകാശ ഗവേഷണസ്ഥാപനങ്ങളുടെ നീണ്ട നിര അദ്ദേഹത്തിനുള്ള നിത്യസ്മാരകങ്ങളായി നിലകൊള്ളുന്നു.

25

ഹർഗോവിന്ദ് ഖുരാന (1922–)

ജീവശാസ്ത്രത്തിന്റെ ചരിത്രത്തിലാദ്യമായി പരീക്ഷണശാലയിൽ ഒരു ജീൻ സംശ്ലേഷിപ്പിച്ചെടുത്ത ശാസ്ത്രജ്ഞനാണ് ഭാരതീയനും ഇപ്പോൾ അമേരിക്കൻ പൗരനായ ഡോ. ഹർഗോവിന്ദ് ഖുരാന. കൃത്രിമമായി ജീവൻ സൃഷ്ടിക്കുന്നതിന്റെ ആദ്യപടിയാണ് ജീൻ സംശ്ലേഷണം. ജനിതക എഞ്ചിനീയറിങ്ങിൽ ഇതിന് വലിയ പ്രാധാന്യമുണ്ട്.

1922 ജനുവരി ഒൻപതാം തീയതി പഞ്ചാബിലെ റായ്പൂരിലാണ് ഹർഗോവിന്ദ് ഖുരാന ജനിച്ചത്. അദ്ദേഹത്തിന്റെ ജന്മസ്ഥലം ഇപ്പോൾ പാകിസ്ഥാനിലാണ്. മുൾട്ടാനിലെ ഡി എ വി സ്കൂളിലാണ് പ്രാഥമിക വിദ്യാഭ്യാസം നേടിയത്. ദരിദ്രകുടുംബാംഗമായതിനാൽ വളരെ കഷ്ടപ്പെട്ടാണ് സ്കൂൾ വിദ്യാഭ്യാസം പൂർത്തിയാക്കിയത്. സ്കൂൾ വിദ്യാഭ്യാസം കഴിഞ്ഞപ്പോൾ ലാഹോർ സർവകലാശാലയിൽ ഉപരിപഠനത്തിനായി ഒരു സ്കോളർഷിപ്പു കിട്ടി. പഠിക്കാൻ മിടുക്കനായ ആ യുവാവ് 1943-ൽ ബി എസ് സി യും 1945- ൽ എം എസ് സി യും നേടി. കെമിസ്ട്രിയായിരുന്നു ഐച്ഛിക വിഷയം. അതേ വർഷം തന്നെ ലിവർപൂൾ സർവകലാശാലയിൽ ഗവേഷണം നടത്താൻ ബ്രിട്ടീഷ് ഗവൺമെന്റിന്റെ സ്കോളർഷിപ്പ് ലഭിച്ചു.

1948-ൽ മോളിക്യുലാർ ബയോളജിയിൽ (തന്മാത്രാ ജീവശാസ്ത്രം) പി എച്ച് ഡി ബിരുദം നേടി. തുടർന്ന് സ്വിറ്റ്സർലാൻഡ് ഗവൺമെന്റിൽ നിന്നും പോസ്റ്റ് ഡോക്ടറൽ ഫെലോഷിപ്പ് ലഭിച്ചു. സ്വിറ്റ്സർലാൻഡിൽ അദ്ദേഹം ഫെഡറൽ ഇൻസ്റ്റിറ്റ്യൂട്ട് ഓഫ് ടെക്നോളജിയിൽ പാരമ്പര്യ സിദ്ധാന്തത്തേയും പാരമ്പര്യ രോഗങ്ങളെയും കുറിച്ച് ഗവേഷണം നടത്തി. അവിടെ ലോകപ്രശസ്തരായ രണ്ട് ശാസ്ത്രജ്ഞരുടെ കീഴിൽ പ്രവർത്തിക്കുവാനുള്ള അവസരം അദ്ദേഹത്തിന് ലഭിച്ചു. ഒന്നാമത്തെയാൾ കാർബണിക തന്മാത്രകളെക്കുറിച്ചുള്ള ഗവേഷണത്തിന് നോബൽ സമ്മാനം നേടിയ വ്ളാദിമിർ പ്രിലോഗ്. രണ്ടാമൻ ബ്രിട്ടീഷ് രസതന്ത്രജ്ഞനായ അലക്സാണ്ടർ ടോഡ്. ന്യൂക്ലിയോടൈഡ് കോ എൻസൈമുകളെക്കുറിച്ചു നടത്തിയ ഗവേഷണങ്ങൾക്ക് നോബൽ സമ്മാനം നേടിയ വ്യക്തിയാണ് ടോഡ്. ഇവർ രണ്ടുപേരും ഖുരാനയിൽ വളരെയധികം സ്വാധീനം ചെലുത്തുകയുണ്ടായി.

ഖുരാനയുടെ വിദ്യാഭ്യാസം കഴിഞ്ഞപ്പോഴേക്കും ഇന്ത്യ വിഭജിക്കപ്പെട്ടിരുന്നു. സ്വതന്ത്രഭാരതത്തിൽ ജീവിക്കാനായിരുന്നു ഖുരാനയുടെ തീരുമാനം. അങ്ങനെ അദ്ദേഹം 1949-ൽ ഇന്ത്യയിലെത്തി. ഉന്നതബിരുദങ്ങൾ കൈയിലുള്ളതിനാൽ സ്വതന്ത്രഭാരതത്തിൽ നല്ലൊരു ജോലി ലഭിക്കുമെന്ന് അദ്ദേഹം പ്രതീക്ഷിച്ചു. ദരിദ്രരായ മാതാപിതാക്കളെ സഹായിക്കാൻ അത് അത്യാവശ്യവുമായിരുന്നു. ഏകദേശം ഒരു വർഷത്തോളം അദ്ദേഹം പല വാതിലുകളിലും മുട്ടി. ഖുരാനയിലെ പ്രതിഭയെ തിരിച്ചറിയാൻ നമ്മുടെ ഗവേഷണസ്ഥാപനങ്ങൾക്കോ സർവകലാശാലകൾക്കോ കഴിഞ്ഞിരുന്നില്ല. അത് പിൽക്കാലത്ത് ഈ രാജ്യത്തിന്റെ തന്നെ ദൗർഭാഗ്യമായി.

നിരാശനായ ഖുരാന ജന്മനാടിനോട് വിടപറയാൻ തന്നെ തീരുമാനിച്ചു. ഭാരമേറിയ ഹൃദയത്തോടെ അദ്ദേഹം ഇംഗ്ലണ്ടിലേക്ക് തിരിച്ചു പോയി. ഇതേപോലെ ബൗദ്ധികതലത്തിൽ വൻ നഷ്ടങ്ങൾ ഇന്ത്യക്ക് പിന്നീടുമുണ്ടായി.

ഇംഗ്ലണ്ടിലെത്തിയ ഖുരാനയെ കേംബ്രിഡ്ജ് സർവകലാശാല ഇരു കൈയും നീട്ടി സ്വീകരിച്ചു. അവിടെ ഗുരുനാഥനായ അലക്സാണ്ടർ ടോഡുമുണ്ടായിരുന്നു. 1951–ൽ ന്യൂക്ലിയോ ടൈഡുകളെക്കുറിച്ചുള്ള ഗവേഷണത്തിലേക്ക് അദ്ദേഹത്തിന്റെ ശ്രദ്ധ തിരിഞ്ഞു.

വാട്സനെയും ക്രിക്കിനേയും കുറിച്ച് പറയുമ്പോൾ ന്യൂക്ലിക് ആസിഡുകളെക്കുറിച്ച് പറഞ്ഞിരുന്നതോർക്കുമല്ലോ. കോശങ്ങൾക്കുള്ളിലെ ഭീമൻ തന്മാത്രകളായ ന്യൂക്ലിക് ആസിഡുകൾ ന്യൂക്ലിയോടൈഡുകൾ എന്ന ചെറുഖണ്ഡങ്ങൾ ചേർന്നാണുണ്ടാവുന്നത്. ഓരോ ന്യൂക്ലിയോടൈഡിലും ഒരു ഫോസ്ഫേറ്റ് തന്മാത്ര, ഒരു പഞ്ചസാര തന്മാത്ര ഒരു നൈട്രജൻ ബേസ് എന്നിവ അടങ്ങിയിരിക്കുന്നു. ഹൈട്രജൻ ബേസുകൾ ജോഡി ചേരുന്നതെങ്ങനെയെന്നും അവയുടെ ക്രമീകരണം എങ്ങനെ വൈവിധ്യത്തിന് കാരണമാവുന്നു എന്നും നമ്മൾ കണ്ടതാണല്ലോ?

അന്ന് ഏറ്റവും കാലിക പ്രാധാന്യമുള്ള ഒരു ഗവേഷണ വിഷയമായിരുന്നു ന്യൂക്ലിയോടൈഡുകളുടെ സംയോജനം. ഫെഡറൽ ഇൻസ്റ്റിറ്റ്യൂട്ട് ഓഫ് ടെക്നോളജിയിലെ ഗൈഡായിരുന്ന അലക്സാണ്ടർ ടോഡിന്റെ കീഴിൽത്തന്നെയായിരുന്നു ഗവേഷണങ്ങൾ. അതിനുശേഷം 1952–ൽ അദ്ദേഹം കാനഡയിലെ ബ്രിപ്പിഷ് കൊളംബിയ സർവകലാശാലയിൽ ഓർഗാനിക് കെമിസ്ട്രി വിഭാഗം ഡയറക്ടറായി നിയമിതനായി. കുറച്ചു കാലം അവിടെ റിസർച്ച് പ്രൊഫസറായും ജോലി നോക്കി.

1960–ൽ ഖുരാന അമേരിക്കയിലേക്ക് പോവുകയും അമേരിക്കൻ പൗരത്വം സ്വീകരിക്കുകയും ചെയ്തു. അവിടെ വിസ്കോസിൻ സർവകലാശാലയുടെ കീഴിലുള്ള എൻസൈം റിസർച്ച് ഇൻസ്റ്റിറ്റ്യൂട്ടിൽ ലൈഫ് സയൻസ് വിഭാഗം പ്രൊഫസറായി ചേർന്നു. ഖുരാനയെ നോബൽ പുരസ്കാരത്തിനർഹനാക്കിയ ഗവേഷണങ്ങൾ ഇവിടെ വച്ചാണ് നടന്നത്.

പ്രകൃതിദത്തമായ ഡി എൻ എ യുടെ സഹായമില്ലാതെ തന്നെ ന്യൂക്ലിയോ ടൈഡുകളെ സംയോജിപ്പിച്ച് കൃത്രിമ ഡി എൻ എ നിർമിക്കുവാൻ ഖുരാനയുടെ ഗവേഷണങ്ങൾക്ക് കഴിഞ്ഞു. കോശമർമത്തിലെ ജനിതക വസ്തുക്കളുടെ നിയന്ത്രണം, മാംസ്യസംശ്ലേഷണത്തെ എങ്ങനെ ബാധിക്കുന്നുവെന്ന് അദ്ദേഹം വിശദീകരിച്ചു. ഈ ഗവേഷണ ഫലമാണ് 1968–ലെ നോബൽ സമ്മാനത്തിന് അദ്ദേഹത്തെ അർഹനാക്കിയത്. അക്കൊല്ലത്തെ വൈദ്യശാസ്ത്ര നോബൽ പുരസ്കാരത്തിന് മറ്റ് രണ്ട് അവകാശികൾകൂടിയുണ്ടായിരുന്നു. റോബർട്ട് ഹോളി, മാർഷൻ നീരൻബർഗ് എന്നീ രണ്ട് അമേരിക്കക്കാർ.

മറ്റൊരു ഗവേഷണത്തിലൂടെ ഖുരാന ലിഗേസ് എന്ന എൻസൈം കണ്ടുപിടിക്കുകയും ന്യൂക്ലിയോടൈഡു ശൃംഖലകളെ കൂട്ടി യോജിപ്പിച്ച് 77 ന്യൂക്ലിയോ ടൈഡുകളടങ്ങിയ ട്രാൻസ്ഫർ ആർ എൻ എ തന്മാത്ര നിർമിക്കുകയും ചെയ്തു. മോളിക്യുലാർ ബയോളജിയിലെ ഒരു സുപ്രധാന കണ്ടെത്തലായിരുന്നു ഇത്. ആധുനിക വൈദ്യശാസ്ത്രത്തിന്റെയും ജനിതക എഞ്ചിനീയറിങ്ങിന്റെയും ചരിത്രത്തിൽ ഉജ്വലമായ ഒരു അധ്യാ

യമാണ് ഖുരാന കൂട്ടിച്ചേർത്തത്. കൃത്രിമ ജീനുകളെ വികസിപ്പിച്ചെടുക്കാൻ കഴിഞ്ഞാൽ പാരമ്പര്യരോഗങ്ങൾക്ക് കാരണമാവുന്ന ജീനുകളെ മാറ്റിവെക്കാമെന്നും അങ്ങനെ ആ രോഗങ്ങളിൽനിന്ന് ശാശ്വതമായ രക്ഷപ്പെടൽ സാധ്യമാവുമെന്നും വൈദ്യശാസ്ത്രലോകം വിശ്വസിക്കുന്നു.

ട്രാൻസ്ഫർ ആർ എൻ എ യെ നിർമിച്ച ശേഷം ഒരു ജീനിനേയും ഖുരാന തന്റെ പരീക്ഷണശാലയിൽ നിർമിച്ചു. ഈ ജീനിൽ അതിന്റെ പ്രവർത്തനം തുടങ്ങാനും അവസാനിപ്പിക്കുവാനുമുള്ള സിഗ്നലും അടങ്ങിയിരുന്നു.

ജീവികളുടെ പാരമ്പര്യസ്വഭാവം നിർണയിക്കുന്നത് ജീനുകളാണ്. കോശമർമത്തിൽ സ്ഥിതിചെയ്യുന്ന ക്രോമസോമുകളിലാണ് മാലയിൽ മുത്തുകളെന്നപോലെ ജീനുകൾ സ്ഥിതി ചെയ്യുന്നത്. ഓരോ ക്രോമസോമുകളിലും കോടിക്കണക്കിന് ജീനുകളാണുള്ളത്. ഈ ജീനുകൾ നിർമിക്കപ്പെട്ടിരിക്കുന്നത് ഡി എൻ എ തന്മാത്രകൾ കൊണ്ടാണ്. പാരമ്പര്യരോഗങ്ങൾക്കും ജനിതക വൈകല്യങ്ങൾക്കും കാരണം ജീനുകൾക്കുണ്ടാവുന്ന തകരാറുകളാണ്. ഇത് പരിഹരിക്കാനുള്ള ഏറ്റവും പുതിയ മാർഗമാണ് ജീൻ ചികിത്സ. വൈകല്യത്തിന് ആധാരമായ ജീൻ മാറ്റിവച്ചോ അറ്റകുറ്റപ്പണികൾ നടത്തിയോ ആണ് ഈ ചികിത്സ നടപ്പാക്കുന്നത്. ഇതിനാവശ്യമായ അത്യന്താധുനിക ജനിതക എഞ്ചിനിയറിങ്ങ് സങ്കേതങ്ങൾ ഇന്ന് കണ്ടെത്തിയിട്ടുണ്ട്. കൃത്രിമമായി ജീനുകൾ നിർമിക്കുമ്പോൾ സ്രഷ്ടാവായ ദൈവത്തിന്റെ സ്ഥാനമാണ് ശാസ്ത്രജ്ഞൻ കൈയടക്കുന്നത്. ഇത് പ്രകൃതി നിയമത്തിനെതിരാണെന്ന് വേണമെങ്കിൽ പറയാം. പക്ഷേ, നിത്യമായ വൈകല്യങ്ങളിൽ നിന്നും രോഗങ്ങളിൽ നിന്നും രക്ഷനേടാൻ കഴിയുമെങ്കിൽ ദൈവത്തിന്റെ ജോലി മനുഷ്യർ ഏറ്റെടുക്കുന്നതിലെന്താണ് തെറ്റ്?

ഇന്ന് ലോകം മുഴുവൻ ജീൻ ചികിത്സ അംഗീകരിക്കപ്പെട്ടുകഴിഞ്ഞു. ജീൻ ചികിത്സയ്ക്ക് വിധേയയായ ആദ്യവ്യക്തിയാണ് അമേരിക്കയിലെ അഷൻറസിൽവ എന്ന നാലു വയസുകാരി. ഭ്രൂണാവസ്ഥയിൽത്തന്നെ ജീനുകൾ മാറ്റിവച്ച് കുട്ടികളുടെ ബുദ്ധിശക്തിയും സൗന്ദര്യവും കായികശേഷിയും വർധിപ്പിക്കാമെന്ന് ഇന്ന് ശാസ്ത്രജ്ഞർ വിശ്വസിക്കുന്നു.

ഏതെങ്കിലും ഒരു ജീൻ മാറ്റിവെക്കണമെങ്കിൽ ആ ജീൻ ഏത് ക്രോമസോമിൽ എവിടെ സ്ഥിതിചെയ്യുന്നു എന്ന് കൃത്യമായി അറിഞ്ഞിരിക്കണം. അതിനുവേണ്ടി ജീനുകളുടെ സ്ഥാനവും ഘടനയും വ്യക്തമാക്കുന്ന മാപ്പുകൾ തയാറാക്കേണ്ടി വരും. ഇതിനായുള്ള ഒരു മഹാസംരംഭമാണ് ഹ്യൂമൻജീനോംപ്രോജക്റ്റ്. മനുഷ്യനെ ചന്ദ്രനിലിറക്കാനുള്ള അപ്പോളോ പ്രോജക്റ്റ് പോലെ അതിബൃഹത്തായ ഒരു പദ്ധതിയാണ് ഇത്. 3000 കോടി ഡോളർ മുതൽമുടക്കുള്ള ഈ പദ്ധതി വിവിധ രാജ്യങ്ങളുടെ സഹകരണത്തോടെയാണ് നടപ്പാക്കുന്നത്. ഈ പദ്ധതിയുടെ ആദ്യ ഡയറക്ടർ ജയിംസ് വാട്സനായിരുന്നെന്ന് നേരത്തേ പറഞ്ഞല്ലോ.

അമേരിക്കയിലെ മസാചുസെറ്റ്സ് ഇൻസ്റ്റിറ്റ്യൂട്ട് ഓഫ് ടെക്നോളജിയിൽ ഹ്യൂമൻ ജീനോം പ്രോജക്റ്റുമായി ബന്ധപ്പെട്ട പ്രവർത്തനങ്ങളിലാണ് ഖുരാന ഇപ്പോൾ ഏർപ്പെട്ടിരിക്കുന്നത്.

ഒരു ഭൂപടം നോക്കിയാൽ ഇന്ത്യയുടെയും ആസ്ട്രേലിയയുടെയും സ്ഥാനങ്ങൾ മനസിലാക്കാൻ കഴിയുന്നതുപോലെ ഒരാളുടെ ജീൻമാപ്പ് നോക്കി പ്രമേഹത്തിനും ക്യാൻസറിനുമെല്ലാം കാരണമാവുന്ന ജീനുകൾ കണ്ടെത്താൻ കഴിയുന്നു. ഈ ജീനുകളുടെ ഘടനാപരമായ സവിശേഷതകൾ പഠിച്ച് അയാൾക്ക് ഭാവിയിൽ ഈ രോഗം വരാൻ സാധ്യതയുണ്ടോ എന്നും പറയാൻ കഴിയും. ആരോഗ്യരംഗത്ത് എന്തെല്ലാം വിപ്ലവകരമായ മാറ്റങ്ങൾ ഈ പദ്ധതി വരുത്തിവെയ്ക്കുമെന്ന് ഇപ്പോൾ പ്രവചിക്കാനാവില്ല. വധൂവരന്മാരുടെ ആരോഗ്യവും ജനിക്കാൻ പോകുന്ന സന്താനങ്ങളുടെ ആരോഗ്യസ്ഥിതിയും മുൻകൂട്ടി അറിയാൻ ജീൻമാപ്പ് സഹായിക്കും.

ഡോ. ഹർഗോവിന്ദ് ഖുരാന സ്വിറ്റ്സർലാൻഡുകാരിയായ എസ്തർ എലിസബത്ത് സിബ്ലറെയാണ് വിവാഹം ചെയ്തത്. ഈ ദമ്പതികൾക്ക് മൂന്ന് മക്കളുണ്ട്.

നോബൽ സമ്മാനത്തിനു പുറമെ മറ്റനേകം ബഹുമതികൾ ഖുരാനയെ തേടിയെത്തിയിട്ടുണ്ട്. 1969-ൽ പഞ്ചാബ് സർവകലാശാല അദ്ദേഹത്തിന് ഓണററി ഡോക്ടറേറ്റ് നൽകി. അതേ വർഷം തന്നെ ഇന്ത്യാ ഗവൺമെന്റ് പത്മഭൂഷൻ നൽകി ഖുരാനയെ ആദരിച്ചു.

ജനിതക എഞ്ചിനീയറിങ് രംഗത്ത് ഖുരാനയിൽ നിന്നുണ്ടാവാനിരിക്കുന്ന പുതിയ സംഭാവനകളെ ശാസ്ത്രലോകം കാത്തിരിക്കുകയാണ്. ഭാരതത്തിന്റെ നഷ്ടം ലോകത്തിന്റെ നേട്ടമാവുന്നത് കണ്ട് നമുക്കും അഭിമാനിക്കാം.

അനുബന്ധം – 1

നാനോടെക്നോളജി – ഒരാമുഖം

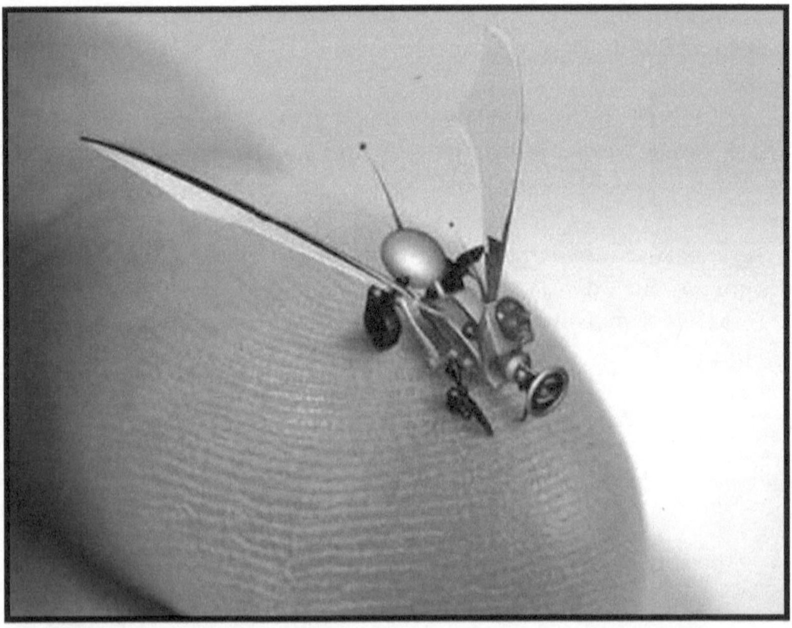

ഈ ദശകത്തിൽ നമ്മൾ ഏറ്റവും കൂടുതൽ ഉപയോഗിക്കുന്ന പദങ്ങളിലൊന്നാണ് 'നാനോടെക്നോളജി' അഥവാ നാനോ സാങ്കേതികവിദ്യ. നാനോകാർകൂടി വന്നതോടെ അസാധാരണമാം വിധം ചെറുതായ എന്തിനെയും 'നാനോ' എന്നു വിളിക്കാമെന്ന ധാരണയും വന്നിട്ടുണ്ട്. എങ്കിലും ഈ 'നാനോ' സാധാരണക്കാരനെ സംബന്ധിച്ചിടത്തോളം ഇപ്പോഴും ഒരു പിടികിട്ടാപ്പുള്ളി തന്നെ. ഒരുപാട് സാധ്യതകളുള്ള ഈ

നൂതന സാങ്കേതിക വിദ്യയെക്കുറിച്ച് വ്യക്തമായ ധാരണയില്ലാതെ പലരും അതിശയോക്തിപരമായ പല കാര്യങ്ങളും പറയാറുണ്ട്.

ആറ്റങ്ങളും തന്മാത്രകളും വളരെ ചെറിയവയാണെന്ന് നമുക്കെല്ലാവർക്കുമറിയാം. അവയെ അളവിന്റെ തോതായി നിശ്ചയിച്ചാലോ? അളക്കേണ്ട വസ്തുക്കളുടെ വലുപ്പം ഊഹിക്കാമല്ലോ. ആറ്റങ്ങളെയും തന്മാത്രകളെയും അളവുകോലായി ഉപയോഗിച്ച് വലുപ്പം നിർണയിക്കാവുന്ന പദാർഥങ്ങളുടെയും ഉപകരണങ്ങളുടെയും ശാസ്ത്രമാണ് നാനോ ടെക്നോളജി. നാനോമീറ്റർ ഉപയോഗിച്ചാണ് നാനോ വസ്തുക്കളുടെ വലുപ്പം നിയന്ത്രിക്കുന്നത്. ഒരു നാനോമീറ്റർ എത്രയാണെന്നോ? ഒരു മീറ്ററിന്റെ ബില്യണിൽ ഒരംശം! മറ്റൊരു തരത്തിൽ പറഞ്ഞാൽ ഒരു ഹൈഡ്രജൻ ആറ്റത്തിന്റെ വ്യാസത്തിന്റെ പത്തിരട്ടി.

എഴുപതുകളിൽ പിറവിയെടുത്ത നാനോടെക്നോളജി മനുഷ്യനെ സംബന്ധിച്ചിടത്തോളം ഒരു പുതിയ ശാസ്ത്രമാണ്. പക്ഷേ പ്രകൃതി, ഈ കുസൃതിയെ കണ്ടെത്തിയിട്ടും ഉപയോഗപ്പെടുത്തിയിട്ടും സഹസ്രാബ്ദങ്ങൾ ഏറെ കഴിഞ്ഞിരിക്കുന്നു. ചില ഉദാഹരണങ്ങൾ കേൾക്കൂ. ചിത്രശലഭത്തിന്റെ ചിറകുകളിന്മേലുള്ള വർണശബളിമ ആരെയാണ് വശീകരിക്കാത്തത്. ഈ നിറങ്ങൾ കാരണമാണ് കവികൾ പൂമ്പാറ്റയെ പറന്ന കലുന്ന പൂക്കളായി ചിത്രീകരിക്കുന്നത്. എന്നാൽ പൂക്കളിലുള്ളതുപോലെ ചിത്രശലഭത്തിന്റെ ചിറകുകളിൽ വർണവസ്തുക്കളേയില്ല. പിന്നെ, ഈ നിറങ്ങൾ എവിടെ നിന്നു വരുന്നു എന്നല്ലേ? ചിറകുകളിന്മേലുള്ള എണ്ണമറ്റ ശൽക്കങ്ങളിൽത്തട്ടിയാണ് പ്രകാശത്തിന് അപവർത്തനം സംഭവിക്കുന്നത്. ഈ ശൽക്കങ്ങൾ നാനോ പ്രിസങ്ങളായി പ്രവർത്തിച്ച് പ്രകാശത്തെ ചിതറിക്കുകയാണ് ചെയ്യുന്നത്. താമരയിലയുടെ ഉപരിതലത്തിൽ വീഴുന്ന ജലബിന്ദുക്കൾ ഉരുണ്ടുരുണ്ട് പോകുന്നതിന്റെ പിന്നിലുമുണ്ടൊരു നാനോ രഹസ്യം. ഇലയുടെ ഉപരിതലത്തിലെ ഒരുനിര നാനോ ക്രിസ്റ്റലുകളാണ് ഈ പ്രതിഭാസത്തിന് കാരണം. പല്ലികളെ ചുമരിന്റെ ഉപരിതലത്തിലൂടെ നീങ്ങാൻ സഹായിക്കുന്നത് അതിന്റെ വിരലുകൾക്കിടയിലുള്ള ലക്ഷക്കണക്കിന് അതിസൂക്ഷ്മങ്ങളായ നാരുകളും ചുമരിന്റെ ഉപരിതലത്തിലുള്ള സൂക്ഷ്മകണങ്ങളും തമ്മിലുള്ള ഒട്ടിച്ചേരൽ ബലമാണ്. അതായത് മനുഷ്യൻ കണ്ടെത്തുന്നതിന് വളരെ മുമ്പേ പ്രകൃതി നാനോ ടെക്നോളജി പ്രയോഗത്തിൽ വരുത്തിയിട്ടുണ്ട്.

1959- ൽ റിച്ചാർഡ് ഫീമാൻ എന്ന ഭൗതികശാസ്ത്രജ്ഞനാണ് ആദ്യമായി നാനോടെക്നോളജി എന്ന ആശയം അവതരിപ്പിച്ചത്. എന്നാൽ ഈ പദം ആദ്യമായി ഉപയോഗിച്ചത് 1974 ൽ ജപ്പാൻകാരനായ പ്രൊഫസർ നോറിയോ തനിഗുച്ചിയാണ്. ഒരാറ്റം അല്ലെങ്കിൽ ഒരു തന്മാത്ര മാത്രമടങ്ങിയ പദാർഥങ്ങളുടെ നിർമാണമെന്നാണദ്ദേഹം ഉദ്ദേശിച്ചത്. നാനോ പ്രതിഭാസം പ്രചരിപ്പിക്കുന്നതിൽ വലിയ പങ്കുവഹിച്ചത് എറിക്ഡ്രസ്ലർ എന്ന അമേരിക്കക്കാരനാണ്. എൺപതുകളിൽ അദ്ദേഹം ഈ വിഷയത്തെപ്പറ്റി നിരവധി പ്രഭാഷണങ്ങൾ നടത്തി. പുസ്തകങ്ങൾ

രചിച്ചു. എൺപതുകളിൽ നാനോടെക്നോളജിയുടെ വളർച്ചയ്ക്ക് വളരെയധികം സഹായകമായ രണ്ടു കാര്യങ്ങളുണ്ടായി. ഒന്ന് ക്ലസ്റ്റർ സയൻസിന്റെ പിറവി (ആറ്റങ്ങളുടെ തന്മാത്രകളുടെ സഞ്ചയമാണ് ക്ലസ്റ്റർ). രണ്ടാമത്തേത് സ്കാനിങ് ടണലിങ് മൈക്രോസ്കോപ്പിന്റെ കണ്ടുപിടുത്തം.

ഈ മൈക്രോസ്കോപ്പിന്റെ സവിശേഷത എന്താണെന്നല്ലേ? പറയാം. നാനോ കണങ്ങൾ തീരെ ചെറുതായതിനാൽ നമുക്ക് സാധാരണ തരത്തിൽ അവയെ ഒരിക്കലും കാണാൻ കഴിയില്ല. ദൃശ്യപ്രകാശത്തിൽ തരംഗദൈർഘ്യം 350 മുതൽ 750 നാനോമീറ്റർ വരെയാണ്. മനുഷ്യനേത്രങ്ങൾക്കാകട്ടെ ഈ തരംഗദൈർഘ്യത്തിനിടയിൽ വരുന്ന പ്രകാശത്തെ മാത്രമേ സ്വീകരിക്കാൻ കഴിയുകയുള്ളൂ. ഈ തരംഗദൈർഘ്യത്തെക്കാൾ വലുപ്പം കുറഞ്ഞ വസ്തുക്കൾ കാണാൻ ഇതിനേക്കാൾ ഇടുങ്ങിയ കിരണങ്ങൾ വേണം. ഇലക്ട്രോണുകളാണ് ഇവിടെ സ്വീകാര്യം. സ്കാനിങ് ടണലിങ് മൈക്രോസ്കോപ്പുകൾ അതാണ് ചെയ്യുന്നത്.

ഒന്നു മുതൽ നൂറ് വരെ നാനോമീറ്റർ വലുപ്പമുള്ള വസ്തുക്കളാണ് നാനോകണങ്ങൾ എന്നു പറയുന്നത്. നമ്മുടെ ഒരു മുടിയിഴയുടെ വണ്ണം 80000 നാനോമീറ്ററാണ്. അപ്പോൾ ഒരു നാനോമീറ്റർ എത്ര വലിയതാണെന്ന് ഊഹിക്കാൻ പറ്റില്ലേ? നാനോതലത്തിൽ വസ്തുക്കളുടെ വലുപ്പം പറയുമ്പോൾ ഒരു കണത്തിന്റെ അല്ലെങ്കിൽ ആറ്റങ്ങളോ തന്മാത്രകളോ അടങ്ങിയ ഒരു ക്ലസ്റ്ററിന്റെ വലുപ്പമാണ് പറയുന്നത്. നാനോതലത്തിലെത്തുമ്പോൾ ആറ്റങ്ങളെ അവയുടെ ഭൗതികഗുണങ്ങളുടെ അടിസ്ഥാനത്തിൽ കാണാൻ കഴിയില്ല. മാക്സ് പ്ലാങ്കിന്റെ ക്വാണ്ടം മെക്കാനിക്സിലെ സ്വഭാവ സവിശേഷതകളാണ് അവ പ്രദർശിപ്പിക്കുന്നത്.

ഒരു ഉദാഹരണം പറയാം. സ്വർണ്ണത്തിന്റെ നിറം നമുക്കെല്ലാമറിയാം. അനേകം ആറ്റങ്ങൾ ചേർന്നതാണ് ഓരോ തരി സ്വർണവും. പക്ഷേ സ്വർണത്തെ പൊടിച്ച് 100 നാനോമീറ്റർ വലുപ്പമുള്ള കണങ്ങളാക്കി മാറ്റിയാൽ മഞ്ഞലോഹമെന്ന പേര് തന്നെ നമുക്ക് മാറ്റിയിടേണ്ടി വരും. കാരണം നാനോ തലത്തിൽ ക്ലസ്റ്ററിന്റെ വലുപ്പമനുസരിച്ച് ചുവപ്പോ പച്ചയോ നീലയോ ആയിരിക്കും. ചുവപ്പ് നിറം ചേർക്കാതെ തന്നെ നമുക്ക് ചുവന്ന സ്വർണം ലഭിക്കുന്നു! നിറം മാറ്റാൻ എന്താണ് ചെയ്തത്? അതിനെ പൊടിച്ച് ചെറിയതാക്കി. അത്ര തന്നെ. മധ്യകാലഘട്ടങ്ങളിൽ നിർമിച്ചിട്ടുള്ള കെട്ടിടങ്ങളിലെ നിറമുള്ള കണ്ണാടി ജാലകങ്ങൾ ഇന്നും ഒരു കൗതുക കാഴ്ചയാണ്. ഗ്ലാസിനോടൊപ്പം സ്വർണം, വെള്ളി എന്നീ ലോഹങ്ങൾ അരച്ചു ചേർത്താണ് അന്നത്തെ ശിൽപ്പികൾ ഈ വിസ്മയം തീർത്തത്. നാനോസയൻസ് പഠിച്ചവരായിരുന്നില്ല അവരാരും എന്നോർക്കുക.

ഏതൊരു വസ്തുവും കൂടുതൽ കൂടുതൽ ചെറിയ കഷണങ്ങളാക്കി നുറുക്കുന്തോറും അതിന്റെ പ്രതല വിസ്തൃതി വർധിക്കുമല്ലോ. നാനോതലത്തിലേക്ക് വസ്തു ചെറിയതാവുമ്പോൾ അതിന്റെ പ്രതലവിസ്തൃ

തിയും വ്യാപ്തവും തമ്മിലുള്ള അനുപാതം കൂടുന്നു. രാസത്വരകങ്ങൾ ഉൾപ്പെടുന്ന പല രാസമാറ്റങ്ങളും പ്രതലവിസ്തൃതിയെ ആശ്രയിച്ചു നടക്കുന്നതിനാൽ രസതന്ത്രത്തിൽ ഇത്തരമൊരവസ്ഥയ്ക്ക് വളരെയധികം പ്രാധാന്യമുണ്ട്. രസതന്ത്രത്തിലെ എല്ലാ നിർമാണ മേഖലയിലും നാനോടെക്നോളജി ഉപയോഗിച്ച് രാസപ്രവർത്തനങ്ങളുടെ വേഗതയും തീവ്രതയും വർധിപ്പിക്കാം.

ആരോഗ്യരംഗമുൾപ്പെടെ നമ്മുടെ ജീവിതത്തിന്റെ വിവിധ തുറകളിൽ ഗുണപരമായ മാറ്റങ്ങളുണ്ടാക്കാൻ നാനോടെക്നോളജിക്ക് കഴിയും. തന്മാത്രാ തലത്തിൽ രോഗനിർണയം സാധിക്കുന്നതോടെ ക്യാൻസർ പോലുള്ള പലരോഗങ്ങൾക്കും പുതിയ ചികിത്സാരീതികൾ ആവിഷ്കരിക്കാൻ സാധിക്കും.

ഇരുമ്പിനേക്കാൾ പത്തു മടങ്ങ് ബലമുള്ളതും അതേസമയം പത്തിലൊന്ന് മാത്രം ഭാരമുള്ളതുമായ ഒരു വസ്തുവിനെ ഒന്ന് സങ്കൽപ്പിക്കുക. വാഹന നിർമാണ രംഗത്ത് അത് വരുത്താവുന്ന പരിവർത്തനങ്ങൾ എന്തെല്ലാമായിരിക്കും! ഇന്നുള്ളതിനെക്കാൾ ക്ഷമതയുള്ള സൗരോർജ ബാറ്ററികൾ നാനോടെക്നോളജി ഉപയോഗിച്ച് നിർമിക്കാനുള്ള ശ്രമങ്ങൾ നടന്നു വരികയാണ്. അത് ഊർജോൽപ്പാദന രംഗത്തെ പ്രതിസന്ധിക്ക് പരിഹാരമായേക്കാം.

നാനോടെക്നോളജി ഒരു ശാസ്ത്രശാഖ മാത്രമാണ്. ഇതിനേക്കാൾ മെച്ചപ്പെട്ട മറ്റു പലതും ഭാവിയിൽ ഉണ്ടാവുമെന്നു തന്നെ നമുക്ക് വിശ്വസിക്കാം. ചിലർ പറഞ്ഞുനടക്കുന്നതുപോലെ ഭൂമിയിൽ എല്ലാ പ്രശ്നങ്ങൾക്കും പരിഹാരം കണ്ടെത്താൻ സഹായിക്കുന്ന മാന്ത്രികൗഷധമൊന്നുമല്ല ഈ പുതിയ വിദ്യ. എങ്കിലും ഇതുവരെ നാം സങ്കൽപ്പിച്ചിട്ടുപോലുമില്ലാത്ത ചില വഴികളും ഉൽപ്പന്നങ്ങളും കൊണ്ട് ലോകത്തിന് അൽപ്പം മാറ്റമൊക്കെ വരുത്താൻ ഈ സാങ്കേതിക വിദ്യയ്ക്ക് സാധിക്കും.

അനുബന്ധം – 2

ചന്ദ്രയാൻ – 1

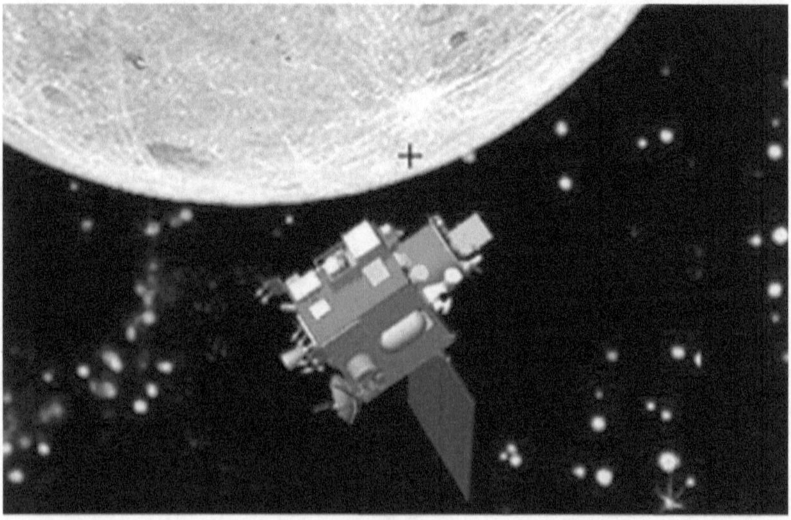

മനുഷ്യരാശിയുടെ ഉദയം മുതൽ അവനെ മോഹിപ്പിക്കുകയും സന്തോഷിപ്പിക്കുകയും ചെയ്തുകൊണ്ട് ആകാശത്ത് ചന്ദ്രനും ഉണ്ടായിരുന്നു. ചന്ദ്രന്റെ വൃദ്ധിക്ഷയങ്ങളും സ്ഥാനമാറ്റങ്ങളും ഗ്രഹണങ്ങളുമെല്ലാം ചരിത്രാതീതകാലം മുതൽ മനുഷ്യന്റെ അന്വേഷണ ബുദ്ധിയെ കുഴക്കിയിട്ടുണ്ട്. ലോകത്തിന്റെ എല്ലാ ഭാഗത്തും നിറം പിടിപ്പിച്ച നാടോടിക്കഥകളിലും വിചിത്രമായ അന്ധവിശ്വാസങ്ങളിലും അമ്പിളിയമ്മാവൻ കഥാപാത്രമാവുന്നത് നമുക്ക് കാണാം. ആകാശഗോളങ്ങളെക്കുറിച്ചുള്ള

മനുഷ്യന്റെ ധാരണകൾക്ക് ശാസ്ത്രീയാടിത്തറ ലഭിച്ചത് കോപ്പർനിക്കസിന്റെ കാലം തൊട്ടാണെന്ന് നാം കണ്ടുകഴിഞ്ഞല്ലോ. മനുഷ്യൻ ബഹിരാകാശ സഞ്ചാരം തുടങ്ങിയ അമ്പതുകളിലാണ് ചന്ദ്രൻ ചെന്നെത്താവുന്ന ഒരു ലക്ഷ്യമായി ശാസ്ത്രജ്ഞർ കാണാൻ തുടങ്ങിയത്. 1969– ൽ അമേരിക്കക്കാരനായ നീൽ ആം സ്ട്രോങ് ചന്ദ്രോപരിതലത്തിൽ കാലുകുത്തിയതോടെ ബഹിരാകാശ ശാസ്ത്രത്തിൽ പുതിയൊരു ഘട്ടം പിറന്നു.

ഭൂമിയുടെ ഒരേയൊരു സ്വാഭാവിക ഉപഗ്രഹമാണ് ചന്ദ്രൻ. 3,96,000 കി മീ അകലെയാണ് സ്ഥിതി ചെയ്യുന്നത്. മനുഷ്യനെ ചന്ദ്രനിലിറക്കിയ അമേരിക്കയുടെ അപ്പോളോദൗത്യത്തിനുശേഷം പലതവണ ആളുകളുള്ളതും ഇല്ലാത്തതുമായ ചാന്ദ്രദൗത്യങ്ങളുണ്ടായി. സൗരയുഥത്തിന്റെ ഉത്ഭവത്തെയും വളർച്ചയെയുംപറ്റി പഠിക്കാനുള്ള ഏറ്റവും നല്ല വിവരസ്രോതസായി ബഹിരാകാശ ശാസ്ത്രജ്ഞർ ചന്ദ്രനെ കണ്ടു.

ഇന്ത്യൻ ബഹിരാകാശ ശാസ്ത്രത്തിന്റെ ചരിത്രം വിക്രം സാരാഭായിൽ നിന്നാണ് തുടങ്ങുന്നത്. ചന്ദ്രനിലേക്ക് ഒരു ഇന്ത്യൻ ഉപഗ്രഹമെന്നത് അന്നൊന്നും നമ്മുടെ വിദൂര സ്വപ്നങ്ങളിൽപ്പോലും ഉണ്ടായിരുന്നില്ല. 1999– ൽ ഇന്ത്യൻ അക്കാഡമി ഓഫ് സയൻസിന്റെ ഒരു യോഗത്തിലാണ് ഇന്ത്യയുടെ ചാന്ദ്രദൗത്യത്തെക്കുറിച്ച് ആദ്യമായി ചർച്ച നടക്കുന്നത്. 2000– ൽ ഇന്ത്യൻ ബഹിരാകാശ സംഘടനയും ഇതേ വിഷയം അജണ്ടയിലുൾപ്പെടുത്തി. ഈ രണ്ടു ശാസ്ത്രസംഘടനകളുടെയും ശുപാർശയനുസരിച്ച്, ഇന്ത്യൻ സ്പേസ് റിസർച്ച് ഓർഗനൈസേഷൻ (ISRO) ചാന്ദ്രദൗത്യത്തിന്റെ സാധ്യതകൾ ആരായാനായി ഒരു ടാസ്ക് ഫോഴ്സ് രൂപീകരിച്ചു. വിദഗ്ധ ശാസ്ത്രജ്ഞരുമായി കൂടിയാലോചിച്ച ഈ സമിതി ഭാരതത്തിന് ഇത്തരമൊരു ദൗത്യമേറ്റെടുക്കാൻ പ്രാപ്തിയുണ്ടെന്നും, അതിന്റെ എല്ലാവിധ സാങ്കേതിക സഹായവും ലഭ്യമാക്കേണ്ടത് ISRO യുടെ ചുമതലയായിരിക്കണമെന്നും ശുപാർശ ചെയ്തു. ഭൂഭ്രമണപഥത്തിനപ്പുറത്തേക്ക് ISRO യുടെ പഠനമേഖല വ്യാപിക്കുന്നതോടെ രാജ്യത്തെ ശാസ്ത്രസാങ്കേതിക രംഗത്തിന് പുതിയ കർമ്മ പദ്ധതികൾ തുറന്നു കിട്ടുകയും യുവപ്രതിഭകളെ ശാസ്ത്രഗവേഷണ രംഗത്തേക്ക് ആകർഷിപ്പിക്കുകയും ചെയ്യുമെന്നായിരുന്നു ഈ സമിതിയുടെ കണ്ടെത്തൽ. തുടർന്ന് 2003 നവംബറിൽ ISRO യുടെ ചന്ദ്രയാൻ പദ്ധതിക്ക് കേന്ദ്രഗവൺമെന്റ് അംഗീകാരം നൽകി.

ഇന്ത്യയുടെ ആളെക്കയറ്റാത്ത ആദ്യത്തെ ചാന്ദ്രവാഹനമായിരുന്നു ചാന്ദ്രയാൻ –1. ചന്ദ്രന്റെ ഉപരിതലത്തെക്കുറിച്ച് വ്യക്തമായ വിവരങ്ങൾ ശേഖരിക്കുകയായിരുന്നു ഈ ദൗത്യത്തിന്റെ പ്രധാന ലക്ഷ്യം. ധാതുക്കളുടെ രാസവസ്തുക്കളുടെയും അളവും വിതരണരീതിയുമായിരുന്നു ഇതിൽ പ്രധാനം. ചന്ദ്രോപരിതലത്തിന്റെ ഒരു ത്രിമാന മാപ്പ് ഉണ്ടാക്കുകവഴിയാണ് ഇത്തരം വിവരങ്ങൾ ശേഖരിച്ചത്. ISRO വിൽ നിർമിച്ച PSLV റോക്കറ്റ് ഉപഗ്രഹത്തെ ചന്ദ്രന്റെ ഭ്രമണപഥത്തിലെത്തിച്ചു. ഇതിൽ ഉപ

യോഗിച്ചു ടെറെയിൻ മാപ്പി ക്യാമറ, സ്പെക്ടറൽ ഇമേജർ, എക്സ്-റേ സ്പെക്ട്രോമീറ്റർ, ലൂനാർ ലേസർ റേഞ്ചിങ് ഇൻസ്ട്രുമെന്റ്, മൂൺ ഇംപാക്റ്റ് പ്രോംബ് എന്നിവ പൂർണമായും ഇന്ത്യൻ നിർമിതങ്ങളാണ്.

ചന്ദ്രോപരിതലത്തിന്റെ ഒരു ത്രിമാന അറ്റ്ലസിന്റെ നിർമാണത്തിന് വളരെയധികം പ്രാധാന്യമുണ്ട്. നമ്മൾ കാണുന്നതും കാണാത്തതുമായ രണ്ട് ഭാഗങ്ങളുടെയും കൂടുതൽ വ്യക്തമായ ഒരു ചിത്രം ലഭിക്കുന്നതിന് ചന്ദ്രയാന് സഹായകമായി. ഇതോടൊപ്പം ചന്ദ്രോപരിതലത്തിന്റെ ഒരു ധാതുവിതരണ ഭൂപടം നിർമിക്കുകയും ഇതിന്റെ സഹായത്തോടെ മഗ്നീഷ്യം, അലുമിനീയം, ഇരുമ്പ്, സിലിക്കൺ, കാത്സ്യം, യുറേനിയം, തോറിയം തുടങ്ങിയ വ്യാവസായിക പ്രാധാന്യമുള്ള മൂലകങ്ങളുടെ സാന്നിധ്യത്തെക്കുറിച്ച് മനസിലാക്കുകയും ഇതിന്റെ ലക്ഷ്യമായിരുന്നു.

ചാന്ദ്രയാൻ ദൗത്യത്തിന്റെ ഏറ്റവും വലിയ വിജയ ഘടകം ISRO യുടെ PSLV റോക്കറ്റുകളായിരുന്നു. 1994 മുതൽ 2005 വരെയുള്ള കാലഘട്ടങ്ങളിൽ ഏഴ് ഇന്ത്യൻ നിർമിത ഉപഗ്രഹങ്ങളെ PSLV (Polar Sattelite Launching Vehicle) ഭ്രമണ പഥത്തിലേക്ക് വിക്ഷേപിച്ചിട്ടുണ്ട്. ഇതിനുപുറമേ നാല് വിദേശ രാജ്യങ്ങളിൽ നിന്നും PSLV ഉപഗ്രഹങ്ങളെ വിജയകരമായി വിക്ഷേപിക്കുകയുണ്ടായി. 45 മീറ്റർ ഉയരമുള്ള PSLVക്ക്295 ടൺ ഭാരം വരെ വഹിക്കാൻ കഴിയും. PSLV യുടെ വിജയമാണ് ആത്മവിശ്വാസത്തോടെ ചാന്ദ്രദൗത്യമേറ്റെടുക്കാൻ ഇന്ത്യൻ ശാസ്ത്രജ്ഞന്മാരെ പ്രാപ്തരാക്കിയത്.

ഇന്ത്യയിലെ വിവിധ സ്ഥലങ്ങളിലുള്ള ബഹിരാകാശ ഗവേഷണ കേന്ദ്രങ്ങളോടൊപ്പം ലോകത്തിലെ മറ്റ് പ്രധാന ബഹിരാകാശ ഗവേഷണ സ്ഥാപനങ്ങളും ഇന്ത്യയുടെ ചാന്ദ്രദൗത്യവുമായി സഹകരിച്ചു. അതേപോലെ തന്നെ ഇന്ത്യൻ നിർമിത ഉപകരണങ്ങളോടൊപ്പം വിവിധ വിദേശ നിർമിത ഉപകരണങ്ങളും ഇതിൽ ഉപയോഗിച്ചു.

2008 ഒക്ടോബർ 22-ാം തീയതിയാണ് ശ്രീഹരിക്കോട്ടയിലെ സതീഷ് ധവാൻ ബഹിരാകാശ കേന്ദ്രത്തിൽ നിന്നും ചാന്ദ്രയാൻ വിജയകരമായി വിക്ഷേപിക്കപ്പെട്ടത്. 525 കി ഗ്രാം ഭാരമുള്ള ഈ ഉപഗ്രഹം ചന്ദ്രനിൽ നിന്നും 100 കി മീ അകലെയായി ഭൂമിയെ ഭ്രമണം ചെയ്തു. ത്രിവർണ പതാകയുമേന്തി ചന്ദ്രോപരിതലത്തെ സ്പർശിച്ച മൂൺ ഇംപാക്റ്റ് പ്രോബ് എന്ന കൊച്ചുയന്ത്രം ചന്ദ്രനിൽ നിന്നും വിവരങ്ങൾ ശേഖരിച്ചു. ഈ വിവരങ്ങളും വിവിധ വിദൂരസംവേദക ക്യാമറകൾ എടുത്ത ചിത്രങ്ങളും ഇന്ത്യയിലെ വിവധ ബഹിരാകാശ ഗവേഷണ കേന്ദ്രങ്ങളിൽ വിശകലനം ചെയ്യപ്പെട്ടുവരുന്നു. വിക്ഷേപിക്കപ്പെട്ട് ഒരു വർഷം തികയുന്നതിനുമുൻപ് ചന്ദ്രയാൻ പ്രവർത്തനരഹിതമായി. എന്നാൽ, അതിനകം തന്നെ അതിന്റെ ദൗത്യം ഏതാണ്ട് പൂർത്തീകരിക്കപ്പെട്ടുകഴിഞ്ഞിരുന്നു. ഈ പ്രവർത്തനങ്ങൾക്ക് മുഴുവൻ ചുക്കാൻപിടിച്ചത് ISRO ചെയർമാൻ ശ്രീ. ജി മാധവൻ നായരാണെന്നകാര്യം മുഴുവൻ മലയാളികൾക്കും അഭിമാനകരമാണ്.

www.ingramcontent.com/pod-product-compliance
Lightning Source LLC
LaVergne TN
LVHW090425051026
849518LV00006B/2448